Có Thể Làm Gì Khi Trẻ Em Đau Ốm

Dễ Đọc • Dễ Dùng

Gloria Mayer, R.N.
Ann Kuklierus, R.N.

Institute for Healthcare Advancement
15111 East Whittier Blvd., Suite 460
Whittier, California 90603

© 2002 Institute for Healthcare Advancement.
Cấm trích dịch dưới mọi hình thức
In tại Hoa Kỳ

Dữ Kiện CIP có sẵn
05 04 03 02   5 4 3 2
ISBN: 0-9701245-8-9

Thân Gửi Bạn Đọc

Quyển sách này dành cho các bậc cha mẹ và những người chăm sóc trẻ em. Chúng tôi mong rằng quyển sách này sẽ giúp quí vị giữ cho trẻ em được an toàn và khỏe mạnh.

Sau đây là những điều nên làm khi nhận được quyển sách này.

- Viết những số điện thoại vào trang phía trước của quyển sách. Để sách ở nơi dễ tìm.

- Xem từ trang viii-xii để biết những điều chỉ dẫn trong sách.

- Đọc và theo những lời khuyên về an toàn từ trang 2-9.

- Đọc trang vii để biết khi nào cần gọi bác sĩ.

- Mỗi ngày đọc vài trang trong sách. Điều này sẽ giúp quí vị biết phải làm gì khi con em đau ốm.

- Nên học CPR (cấp cứu hồi sinh). Lớp này sẽ dạy quí vị biết phải làm gì khi hơi thở hoặc tim trẻ em ngừng lại. Gọi bệnh viện gần nhà, Hiệp Hội Tim Hoa Kỳ, hoặc Hội Hồng Thập Tự Hoa Kỳ để biết địa điểm các lớp học.

- Ở cuối quyển này có một danh sách từ ngữ giải thích ý nghĩa của một số chữ.

Thân Gửi Bạn Đọc

Quyển sách này đã được các bác sĩ và y tá được huấn luyện trong việc chăm sóc trẻ em đọc. Các bác sĩ và y tá đã đồng ý với những điều viết trong quyển này. Họ thấy rằng những chi tiết này an toàn và hữu ích.

Tuy nhiên, mỗi trẻ em đều khác nhau. Một vài điều trong quyển này có thể không thích hợp cho con em quí vị. Mỗi bậc cha, mẹ, hoặc người chăm sóc trẻ em phải quyết định khi nào cần gọi bác sĩ hoặc khi nào cần đến bệnh viện. Nếu trẻ em bị đau và quí vị không biết chắc chắn, có thắc mắc, hoặc quan tâm về những lời khuyên trong quyển sách này, hãy gọi bác sĩ ngay. Hãy luôn luôn làm theo lời chỉ dẫn của bác sĩ hoặc y tá.

Khi Nào Nên Gọi Bác Sĩ Hoặc Trung Tâm Y Tế

Đôi khi quí vị cần gọi bác sĩ hoặc cần được giúp đỡ ngay lập tức. Sau đây là những lúc cần gọi bác sĩ hoặc cần được giúp đỡ ngay:

- Trẻ em bị khó thở.
- Chảy máu không ngưng được.
- Bất kỳ triệu chứng nào khiến quí vị nghĩ rằng có thể làm nguy hại tới tánh mạng trẻ em.
- Có máu trong nước tiểu hoặc phân của trẻ em.

- Ho hoặc ói ra máu.
- Tiêu chảy và không đi tiểu được trong 6 tiếng đồng hồ.
- Thóp trên đầu (mỏ ác) trẻ em sơ sinh bị sọp xuống hoặc xưng lên.
- Đau tai hoặc chất lỏng, mủ hoặc máu chảy từ trong tai ra.
- Trẻ em nuốt khó hoặc không chịu ăn.
- Trẻ em vừa bị sốt và bị cứng cổ.
- Sốt 100.2 độ F, khoảng 37.9 độ C (đo ở hậu môn), với trẻ em dưới hai tháng.
- Sốt ở nhiệt độ 101 độ F, khoảng 38.3 độ C (đo ở hậu môn), với trẻ em từ hai đến sáu tháng.
- Sốt ở nhiệt độ 103 độ F, khoảng 39.4 độ C (đo ở hậu môn), với trẻ em từ sáu tháng đến 2 tuổi.

Đây chỉ là một danh sách ngắn để biết khi nào nên gọi bác sĩ hoặc cần được giúp đỡ ngay lập tức. Hãy đọc quyển này để biết những trường hợp khác cần gọi bác sĩ hoặc y tá.

Những Điều Nên Biết Trong Sách Này

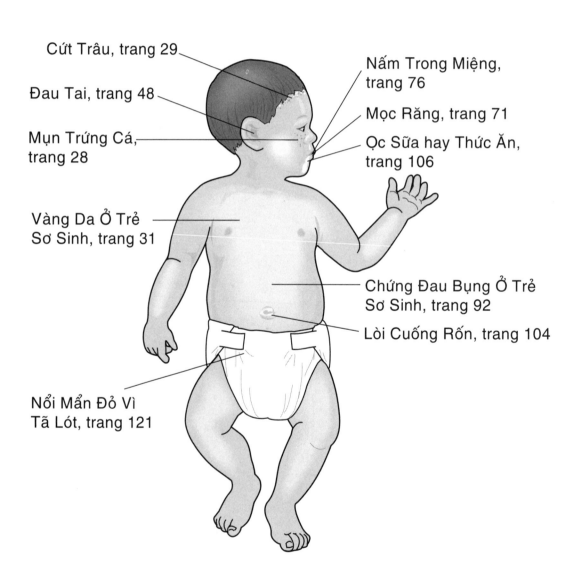

Cứt Trâu, trang 29

Đau Tai, trang 48

Mụn Trứng Cá, trang 28

Vàng Da Ở Trẻ Sơ Sinh, trang 31

Nổi Mẩn Đỏ Vì Tã Lót, trang 121

Nấm Trong Miệng, trang 76

Mọc Răng, trang 71

Ọc Sữa hay Thức Ăn, trang 106

Chứng Đau Bụng Ở Trẻ Sơ Sinh, trang 92

Lòi Cuống Rốn, trang 104

Những Điều Nên Biết Trong Sách Này

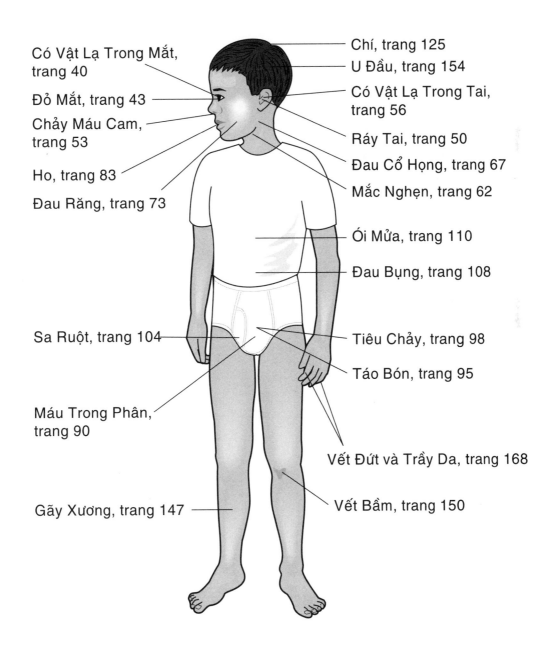

Có Vật Lạ Trong Mắt, trang 40

Đỏ Mắt, trang 43

Chảy Máu Cam, trang 53

Ho, trang 83

Đau Răng, trang 73

Chí, trang 125

U Đầu, trang 154

Có Vật Lạ Trong Tai, trang 56

Ráy Tai, trang 50

Đau Cổ Họng, trang 67

Mắc Nghẹn, trang 62

Ói Mửa, trang 110

Đau Bụng, trang 108

Sa Ruột, trang 104

Máu Trong Phân, trang 90

Tiêu Chảy, trang 98

Táo Bón, trang 95

Vết Đứt và Trầy Da, trang 168

Vết Bầm, trang 150

Gãy Xương, trang 147

Những Điều Nên Biết Trong Sách Này

Chỉ Dẫn Về An Toàn

Ghi Chú

_____

_____

_____

_____

_____

_____

_____

_____

_____

_____

_____

_____

_____

_____

Thế nào là chỉ dẫn về an toàn

Đó là những điều nên làm để giữ an toàn cho trẻ em. Rất nhiều trẻ em bị thương nặng hoặc bị nguy hại tới tính mạng vì tai nạn. Hãy cẩn thận và làm những điều dưới đây để giữ an toàn cho trẻ em.

Tôi có thể làm gì để phòng ngừa trẻ em gãy xương?

- Đừng bao giờ để trẻ em một mình trên nơi cao dù chỉ trong vài giây đồng hồ, kể cả trên ghế dài, bàn thay tã hoặc xe đẩy trong tiệm bán hàng. Trẻ em có thể bị thương nặng vì té.

- Luôn luôn kéo thành nôi cao tới ngang cằm trẻ em.

- Nếu không có người trông chừng đừng để trẻ em trong xe tập đi một mình. Trẻ em có thể lộn nhào hoặc chạy nhào qua cửa chặn khi ngồi trong xe.

- Gắn khóa an toàn chặn cửa sổ. Trẻ em có thể mở cửa sổ và té ra ngoài.

- Đặt cửa chắn ở cầu thang.

Tôi có thể làm gì để phòng ngừa trẻ em bị phỏng?

- Để diêm quẹt và bật lửa cách xa trẻ em. Dạy trẻ em không nên chơi với diêm quẹt hoặc các vật có thể gây hỏa hoạn.

Chỉ Dẫn Về An Toàn

- Gắn máy báo động khói trong tất cả phòng ngủ và hành lang. Thay pin (battery) mới mỗi 4 tới 6 tháng.

- Nên để một bình chữa lửa trong nhà. Để ở nơi dễ thấy. Học cách dùng bình chữa lửa.

- Vặn máy nước nóng ở nhiệt độ 120 độ F, khoảng 49 độ C. Nếu nước nóng hơn nhiệt độ này, trẻ em có thể bị phỏng vì nước rất nóng từ trong vòi chảy ra.

- Kiểm soát để biết chắc nước tắm không quá nóng trước khi thả trẻ em vào. Nhúng khuỷu tay vào nước để biết xem nước nóng cỡ nào.

- Đừng để trẻ em gần lò nấu, bàn ủi, và máy cuộn tóc.

- Trẻ em rất thích với lấy và nắm đồ đạc. Xoay tay cầm nồi niêu vào phía trong để trẻ em không nắm được.

- Đừng bao giờ bế trẻ em khi đang uống nước nóng như cà phê chẳng hạn.

- Đừng bao giờ bế trẻ em khi đang nấu nướng.

- Đừng bao giờ hâm bình sữa hoặc đồ đựng thức ăn chung với thức ăn trong lò vi ba (microwave). Vài bộ phận của bình hay đồ đựng thức ăn có thể rất nóng khiến trẻ em bị phỏng.

- Dạy trẻ em biết phải làm gì trong trường hợp hỏa hoạn.

Tôi có thể làm gì để phòng ngừa trẻ em mắc nghẹn?

- Một vài loại thức ăn có thể làm trẻ em mắc nghẹn như:

  - Bắp rang
  - Kẹo cao su (Gum)
  - Nho tươi
  - Kẹo hột nhỏ cứng như M&Ms

  - Đậu phộng
  - Hot Dogs
  - Nho kho
  - Rau sống

- Đừng cho trẻ em ăn bất kỳ thứ gì nhỏ, cứng, và tròn.

- Trẻ em có thể bị mắc nghẹn vì:

  - Bong bóng
  - Hột anh đào (Cherry)
  - Hột cam

  - Pin đồng hồ đeo tay
  - Tiền cắc

- Dạy trẻ em nhai thật kỹ. Cắt thức ăn như hot dogs, nho tươi và rau sống ra thành miếng nhỏ.

- Đừng để trẻ em ngậm đồ vật trong miệng khi chạy.

- Kiểm soát các loại đồ chơi có những bộ phận nhỏ tháo ra được.

- Đừng cho trẻ em loại đồ chơi có những bộ phận nhỏ hơn cỡ này:

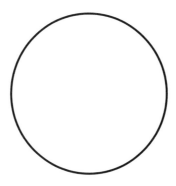

- Mỗi ngày nhớ kiểm soát núm vú bình sữa của trẻ em để coi chừng những vết nứt và bể. Mỗi 2-3 tháng nên mua núm vú mới.

- Dạy trẻ em chỉ bỏ thức ăn vào miệng thôi.

Tôi có thể làm gì để phòng ngừa trẻ em chết đuối?

- Trẻ em có thể chết đuối với một lượng nước rất nhỏ như một sô nước. Đừng để nước trong sô khi không cần dùng và hãy xả hết nước trong hồ tắm trẻ em khi không dùng.

- Trẻ em cũng có thể chết đuối trong cầu tiêu. Luôn luôn đóng nắp cầu tiêu và dùng móc chặn. Khóa cửa phòng tắm hoặc dùng cửa chặn để trẻ em không vào trong được.

- Đừng bao giờ để trẻ em ở gần nước một mình dù chỉ trong vài giây đồng hồ.

- Đừng bao giờ để trẻ em một mình trong bồn tắm dù chỉ trong vài giây đồng hồ.

- Gắn hàng rào chung quanh hồ bơi, hồ nước nóng, ao, và những nơi chứa nước khác.

- Dạy trẻ em biết bơi, **nhưng luôn luôn ở gần trẻ em.** Trẻ em biết bơi vẫn có thể bị chết đuối.

- Dạy trẻ em luôn luôn bơi với người lớn.

Tôi có thể làm gì để phòng ngừa trẻ em bị thương ở đầu?

- Luôn luôn đội mũ an toàn cho trẻ em khi chơi thể thao và khi đi xe đạp, đi giầy trượt, và trượt ván. Mũ an toàn phải che được phần trên của trán.

- Để trẻ em ngồi ở ghế sau trong xe hơi. Đây là nơi an toàn nhất cho trẻ em. Luôn luôn để trẻ em ngồi trong ghế trẻ em hoặc cài dây nịt ghế khi xe chạy.

- Nếu xe có túi hơi an toàn, đừng bao giờ để trẻ em ngồi băng ghế trên.

- Loại ghế ngồi cho trẻ em tùy thuộc vào lứa tuổi và sức nặng của trẻ em.

- ■ Để trẻ em nặng dưới 20 pounds (9 kg) ngồi trong ghế dành cho trẻ sơ sinh. Mặt trẻ phải quay về đuôi xe. Ghế ngồi nên ngửa ra phía sau.

- ■ Để trẻ em nặng trên 20 pounds (9 kg) **và trên một tuổi** trong ghế ngồi dành cho nhi đồng. Mặt trẻ phải hướng về đầu xe.

- ■ Để trẻ em từ bốn tuổi trở lên và nặng 40 pounds (18.1 kg) trong ghế nâng cao và cài bằng dây nịt ghế. Hạ thấp giây nịt vai vừa ngang vai trẻ em chứ không ngang cổ.

- • Đừng bao giờ để trẻ em ngồi một mình ở chỗ cao vì các em có thể té xuống.

- • Luôn luôn kéo thành nôi lên tới cằm trẻ em.

- • Để cửa chắn không cho trẻ em bò lên bực thang.

- • Khóa tất cả các cửa dẫn tới cầu thang.

- • Đừng bao giờ lắc hoặc đánh lên đầu trẻ em. Óc trẻ em còn rất mềm. Lắc có thể làm trẻ em bị thương hoặc nguy hại tới tánh mạng.

Tôi có thể làm gì để phòng ngừa ngộ độc?

- • Mua thuốc có loại nắp an toàn để trẻ em không mở ra được.

7

- Để thuốc trị bệnh và thuốc bổ ngoài tầm với của trẻ em.

- Nếu có khách tới chơi, nhớ để thuốc của khách ngoài tầm với của trẻ em.

- Đừng bao giờ nói với trẻ em rằng thuốc là kẹo.

- Đọc kỹ nhãn thuốc trước khi cho trẻ em uống thuốc. Hãy bật đèn và đọc kỹ nhãn dán trên chai thuốc. Lầm lẫn thường xảy ra vào ban đêm.

- Để tất cả các chất chùi rửa và các chất độc khác trong tủ khóa. Trẻ em có thể ăn những thứ này. Đừng để xà bông, các chất chùi rửa, hoặc các thứ khác trong tủ dưới bồn rửa chén hoặc tủ dưới bồn rửa mặt. Có thể để các thứ này trong đó nếu tủ **luôn luôn khóa.**

- Luôn luôn để mọi thứ trong bình đựng nguyên thủy. Đừng để các chất độc trong chai lọ đựng thức ăn để tránh nhầm lẫn.

- Để nhãn dán "Ông Kẹ" lên những loại chất độc. Dạy trẻ em đừng đụng vào những thứ có nhãn dán "Ông Kẹ".

- Đừng cho trẻ em bóc sơn cũ ra ăn. Trẻ em có thể bị ngộ độc vì chất chì ở trong sơn.

- Đừng bao giờ trộn các chất chùi rửa như Clorox và ammonia với nhau. Chúng có thể xì ra hơi ga độc (poison gas) rất nguy hại cho trẻ em.

Những điều khác có thể giữ trẻ em an toàn.

- Đừng bao giờ để trẻ em một mình trong xe hơi dù chỉ trong vài phút.

- Khi ngủ để trẻ sơ sinh nằm ngửa, đừng để nằm sấp. Đừng để gối trong nôi. **Đừng bao giờ** để trẻ sơ sinh ngủ trên giường nệm nước (water bed).

- Trẻ nhỏ thường thích với lấy mọi thứ. Để nôi ở xa những thứ trẻ nhỏ có thể kéo vào trong nôi. Những thứ này gồm màn cửa vặn lên xuống, màn vải kéo, và dây kéo màn cửa.

- Để tất cả các loại dây kéo ngoài tầm với của trẻ em. Em nhỏ có thể bị nguy hại tới tánh mạng vì sợi dây kéo buộc quanh cổ.

- Che tất cả các lỗ cắm điện bằng nắp đậy nhựa.

- Dạy trẻ em đừng bao giờ đụng vào núm bật điện hoặc những đồ điện khi đang tiếp xúc với nước.

- Để vật nhọn như dao, kim, đinh (gắn lên tường và đinh đóng) xa trẻ em.

- Để bao nhựa xa trẻ em.

- Bịt các góc nhọn của bàn ghế.

Chỉ Dẫn Để Chăm Sóc Trẻ Em Đau Ốm 2

Ghi Chú

_____

_____

_____

_____

_____

_____

_____

_____

_____

_____

_____

_____

Làm Sao Biết Trẻ Em Bị Sốt

Thế nào là sốt?

Sốt là khi nhiệt độ cơ thể lên cao. Nhiệt độ bình thường ở đa số trẻ em vào khoảng 98.6 độ F (khoảng 37 độ C). Muốn biết trẻ em có bị sốt không, hãy đo nhiệt độ của trẻ em. **Phải dùng nhiệt kế (còn gọi là cặp thủy) để đo nhiệt độ.** Sờ vào trẻ em có thể thấy nóng nhưng trẻ em không bị sốt. Hãy mở trang 16 nếu trẻ em bị sốt.

Cách lấy nhiệt độ.

Có 4 cách để kiểm soát xem trẻ em có bị sốt không.

1. Đo nhiệt độ hậu môn (cho trẻ em dưới 4 tuổi)

- Phải dùng nhiệt kế đút vào hậu môn để đo. Nhiệt kế này có đầu ngắn và tròn.

    Không được dùng nhiệt kế đo miệng có đầu mỏng và dài.

- Rửa nhiệt kế bằng nước và xà bông.

- Đừng cầm đầu tròn nhiệt kế khi lắc ống. Lắc cho nhiệt kế tới 96 độ F (khoảng 35 độ C) hoặc dưới. Muốn lắc nhiệt kế, kẹp chặt nhiệt kế giữa các ngón tay và vẩy cổ tay. Cẩn thận đừng để đụng vào vật gì khi đang vẩy.

- Bôi chất nhờn (Vaseline) vào đầu nhiệt kế (đầu có chất bạc để đút vào hậu môn).

- Để trẻ em nằm sấp trên đùi.

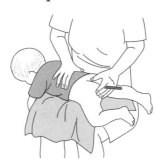

Có thể để trẻ em lớn tuổi hơn nằm trên bàn thay tã hoặc trên giường.

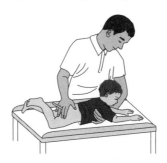

- Đẩy nhẹ đầu nhiệt kế vào hậu môn chừng ½ tới 1 inch. Đừng đẩy vào mạnh quá.

- Để nhiệt kế trong đó khoảng 3 phút.

- Giữ trẻ em nằm yên. Đừng để trẻ em lật ngửa người lên nhiệt kế.

2. Đo nhiệt độ ở miệng (cho trẻ em trên 4 tuổi)

- Phải dùng nhiệt kế đo miệng. Không được dùng nhiệt kế đo hậu môn.

- Rửa nhiệt kế bằng nước và xà bông.

- Đừng cho trẻ em uống gì trong khoảng 15 phút rồi hãy lấy nhiệt độ.

- Đừng cầm đầu tròn nhiệt kế khi lắc ống. Lắc nhiệt kế tới 96 độ F (khoảng 35 độ C) hoặc dưới.

- Để nhiệt kế dưới lưỡi trẻ em. Cho trẻ em ngậm miệng quanh ống. Nhớ đừng cho trẻ em cắn nhiệt kế.

- Để trong miệng chừng 3 phút.

3. Đo nhiệt độ dưới nách (cho trẻ em trên 3 tháng)

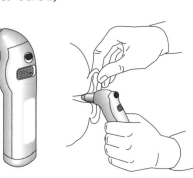

- Có thể dùng nhiệt kế đo miệng hoặc đo hậu môn.

- Lắc nhiệt kế tới 96 độ F (khoảng 35 độ C) hoặc dưới.

- Để đầu nhiệt kế vào giữa nách đã lau khô.

- Để khuỷu tay trẻ em tì vào ngực chừng 5-6 phút.

- Nếu nhiệt độ trên 101.5 độ F (khoảng 38 độ C), lấy nhiệt độ một lần nữa ở miệng hoặc ở hậu môn.

4. Đo nhiệt độ tai (cho mọi lứa tuổi)

- Nhiệt kế tai đắt tiền nhưng dễ dùng. Đọc nhiệt độ bằng con số hiện ra trên nhiệt kế.

- Để nhẹ đầu nhiệt kế vào lỗ tai. Đợi 2 giây.

- Nhiệt độ sẽ hiện ra bằng con số trên nhiệt kế.

Cách đọc nhiệt kế (để ở miệng hay ở hậu môn)

- Nhiệt kế được đánh dấu từ 92 tới 108 độ F (từ 33.3 độ tới 42.2 độ C). Mỗi chỗ có gạch kẻ lớn là một độ. Mỗi gạch kẻ nhỏ là 0.2 độ.

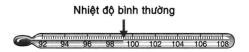

Nhiệt độ bình thường

- Xoay nhiệt kế cho tới khi thấy được lằn bạc hoặc lằn đen.

- Nhìn chỗ lằn bạc hoặc lằn đen ngưng lại. Đây là nơi cho biết nhiệt độ của trẻ em. Nếu nhiệt độ dưới 98 độ F (khoảng 37 độ C) đo nhiệt độ lại lần nữa và phải để lâu hơn.

- Nếu lằn cao hơn 98 độ F (khoảng 37 độ C), ghi nhiệt độ xuống. Vẩy nhiệt kế xuống dưới 96 độ F (khoảng 35 độ C) rồi cất đi.

Sốt

Thế nào là sốt?

Nhiệt độ cơ thể trên 99–99.5 độ F (khoảng trên 37.2–37.5 độ C) nếu đo ở miệng hoặc 100–100.5 độ F (khoảng 37.8–38 độ C) nếu đo ở hậu môn. Mọi trẻ em có thể bị sốt. Sốt thường là dấu hiệu của nhiễm trùng. Nhiệt độ bình thường của đa số trẻ em khoảng 98.6 độ F (37 độ C).

Tôi thấy triệu chứng gì khi trẻ em bị sốt?

- Mặt đỏ.
- Da nóng và nhơm nhớp.
- Tay và chân bị lạnh.
- Khuôn mặt và ánh mắt đờ đẫn.
- Hơi thở và tim đập nhanh.
- Cáu kỉnh và bị nhức đầu.

Tôi có thể làm gì tại nhà?

- Cho trẻ em uống nhiều nước trong ngày. Cà rem cây và nước uống lạnh làm giảm cơn sốt.
- Mặc đồ mỏng cho trẻ em. Mặc nhiều quần áo có thể làm tăng cơn sốt.
- Giữ phòng trẻ em mát mẻ. Tắt máy sưởi. Mở quạt nếu trong phòng nóng.

- Không cần phải chăm sóc đặc biệt gì thêm trừ khi sốt trên 101 độ F (khoảng 38.3 độ C) nếu đo ở miệng, hoặc 102 độ F (khoảng 38.9 độ C) nếu đo ở hậu môn.

- Cho trẻ em uống Tylenol mỗi 4-6 tiếng nếu sốt trên 101 độ F (khoảng 38.3 độ C) nếu đo ở miệng. Đọc nhãn thuốc để biết số lượng thuốc nên cho trẻ em uống.

- **Đừng cho trẻ em dưới 21 tuổi uống aspirin.**

- Đo nhiệt độ 30 phút sau khi cho trẻ em uống Tylenol. Nếu vẫn sốt trên 102 độ F (khoảng 38.9 độ C) nếu đo ở miệng hoặc 103 độ F (khoảng 39.4 độ C) nếu đo ở hậu môn, lau người trẻ em bằng nước ấm.

- Sau đây là cách lau người. Để trẻ em vào trong 3 inches (khoảng 7.62 cm) nước ấm. Lấy một khăn mặt lau khắp người trong vòng 10-15 phút. Ngưng tắm nếu trẻ em bắt đầu bị lạnh run. Lạnh run có thể làm tăng cơn sốt.

- Đừng pha rượu cồn vào trong nước dùng để lau người.

Khi nào nên gọi bác sĩ hoặc y tá?

Khi trẻ em:

- Dưới (2) hai tháng và sốt trên 100.2 độ F (khoảng 37.9 độ C) hoặc cao hơn nếu đo ở hậu môn.

- Từ 2 tới 6 tháng và sốt 101 độ F (khoảng 38.3 độ C) hoặc cao hơn nếu đo ở hậu môn.

- Trên 6 tháng và sốt 103 độ F (khoảng 39.4 độ C) hoặc cao hơn nếu đo ở hậu môn.

- Bị làm kinh (co giật).
- Khóc khi sờ vào người hoặc bế lên và không thể dỗ cho nín được.
- Cổ bị cứng (cằm không đụng tới ngực được).
- Khó đánh thức dậy.
- Khó thở.
- Thóp trên đầu (mỏ ác) bị sưng lên hoặc sụp xuống.
- Có dấu hiệu bị nhiễm trùng. Gồm cả ho nhiều, đốm trắng mọc trên cổ họng, đi tiểu rát, hoặc đau tai.
- Ói mửa hoặc đau bụng.
- Có những đốm tím trên người trông như những vết bầm.

Nếu trẻ em bị làm kinh (co giật):

- Khi sốt cao trẻ em có thể làm kinh. Trẻ em làm kinh cần đi khám bác sĩ ngay.
- **Đừng** cố giữ chân tay trẻ em không cho cử động.
- Cho nằm nghiêng để trẻ em không bị mắc nghẹn vì ói.

- Đừng cho vật gì vào miệng trẻ em.
- **Gọi 911** nếu trẻ em không thở được hoặc người bị tím bầm. Cũng cần **gọi 911** nếu cơn làm kinh lâu hơn 2-3 phút.

- Cởi bỏ quần áo dầy, bó sát người và vớ để làm giảm cơn sốt.

- Để khăn ướt, lạnh lên trán và cổ.

- Lấy nước ấm lau người khi trẻ em nằm trong giường.

- Ngừng lau người và đắp chăn mỏng nếu trẻ em bắt đầu lạnh run.

- Đừng để trẻ em vào bồn tắm khi đang làm kinh.

- Đừng cho trẻ em ăn hoặc uống khi em làm kinh hoặc ngay sau khi làm kinh.

Tôi cần biết gì thêm về sốt?

- Sốt không phải là một căn bệnh. Đó là phản ứng của cơ thể đối với một căn bệnh hoặc thương tích.

- Sốt phần nhiều do nhiễm trùng vi khuẩn. Sốt thường kéo dài khoảng 2-3 ngày hoặc lâu hơn.

- Rất ít trẻ em lên kinh vì sốt.

- Trẻ em có thể bị sốt sau khi chích ngừa.

19

Nhiễm Trùng

Thế nào là nhiễm trùng?

Căn bệnh gây ra do vi trùng mắt thường không thấy được. Vi trùng có thể lan truyền từ người này sang người khác. Trẻ em có thể bị nhiễm trùng bên trong cơ thể như cảm hoặc cúm. Nhiễm trùng cũng có thể ở ngoài da như vết đứt hoặc trầy da.

Tôi thấy triệu chứng gì khi trẻ em bị nhiễm trùng?

Khi trẻ em bị nhiễm trùng bên trong cơ thể, quí vị có thể thấy trẻ:

- Hắt hơi và ho

- Sốt

- Đau ở tai, cổ họng, đầu, hoặc những chỗ khác

- Đi tiểu rát

- Không muốn ăn, uống

- Nhìn có vẻ bệnh hoặc tỏ ra ốm đau

Khi trẻ em bị nhiễm trùng ngoài da, quí vị có thể thấy trẻ:

- Nổi đỏ

- Vết đỏ trên da

- Da bị sưng và nóng

- Chất mủ vàng rỉ ra ở chỗ bị đứt da

- Sốt

- Đau nhức

Tôi có thể làm gì tại nhà?

- Nhớ cho trẻ em uống đầy đủ lượng thuốc bác sĩ cho toa, mặc dầu trẻ em có vẻ khỏe lại sau vài ngày.

- Cho trẻ em uống thật nhiều nước.

- Rửa kỹ chỗ da bị nhiễm trùng với nước và xà bông.

- Ngâm da vào nước. Nhớ bôi thuốc nếu bác sĩ dặn.

- Giữ cho da sạch và khô.

Khi nào nên gọi bác sĩ hoặc y tá?

- Nếu quí vị nghĩ rằng trẻ em bị nhiễm trùng.

Tôi làm gì để ngăn nhiễm trùng lan rộng?

- **Dạy trẻ em làm những điều sau đây để ngăn nhiễm trùng lan rộng:**

  - Luôn luôn rửa tay. Đừng cho tay vào mũi hoặc miệng.

  - Lấy khăn giấy che miệng mỗi khi hắt hơi và ho.

  - Dùng khăn giấy sạch. Liệng bỏ khăn giấy dơ vào thùng rác sau khi dùng.

  - Đừng hôn trẻ em khác và súc vật.

  - Đừng dùng ly, muỗng, và khăn của trẻ em khác.

  - Đừng đụng vào những chỗ nổi mẩn đỏ hoặc chỗ đau của trẻ em khác.

- **Những điều người lớn có thể làm để phòng ngừa nhiễm trùng ở trẻ em:**

  - Nhớ cho trẻ em chích ngừa đầy đủ để bảo vệ trẻ em không bị bệnh truyền nhiễm.

  - Luôn luôn rửa tay và rửa thật kỹ.

  - Nhiều bệnh nhiễm trùng thường lan truyền trong bếp. Nên dùng thớt bằng nhựa. Rất khó chùi sạch vi trùng ở thớt gỗ. Rửa thớt nhựa thường xuyên bằng nước nóng và xà bông.

  - Khi cắt thịt sống trên thớt hay trên quầy bếp, nhớ rửa những chỗ đó bằng nước và xà bông. Rửa thớt hoặc quầy bếp trước khi để thức ăn khác xuống.

  - Nấu đồ ăn, nhất là thịt gà, thật chín. Nấu chín sẽ diệt hết vi trùng.

  - Đừng để thức ăn dễ bị hư ở bên ngoài. Nên để thức ăn trong tủ lạnh.

  - Bỏ tã dơ vào thùng rác có nắp đậy.

  - Rửa đồ chơi thường xuyên.

  - Giữ gìn nhà cửa sạch sẽ.

Thuốc Mua Không Cần Toa Bác Sĩ

Thế nào là thuốc mua không cần toa bác sĩ?

Những thuốc có thể mua không cần toa bác sĩ được gọi tắt là **OTCs** (over-the-counter). Chúng có thể giúp trẻ em khỏe khoắn hơn.

Tôi thấy gì?

Có rất nhiều loại thuốc mua không cần toa bác sĩ (OTC). Quí vị chỉ cần vài loại để dùng cho trẻ em. Một vài loại cần biết là:

- Tylenol (Acetaminophen). Thuốc trị sốt và đau nhức.

- Thuốc ho như Robitussin DM. Thuốc trị bệnh ho khan khiến làm trẻ em không ngủ được.

- Dimetapp Elixer. Thuốc trị nghẹt mũi và sổ mũi.

- Calamine lotion. Thuốc thoa này trị bệnh nổi mẩn đỏ trên người và ngứa.

- Desitin hoặc thuốc thoa có chất zinc oxide. Thuốc này trị bệnh nổi mẩn đỏ vì tã ẩm ướt.

Tôi có thể làm gì tại nhà?

- Gọi bác sĩ trước khi cho trẻ em dưới 9 tháng dùng thuốc mua không cần toa bác sĩ. Thuốc thoa trị ngứa vì tã ẩm ướt có thể dùng không cần hỏi bác sĩ.

- Chỉ nên cho trẻ em dùng thuốc mua không cần toa bác sĩ khi cần thiết. Không cần cho uống Tylenol nếu trẻ em bị sốt nhưng vẫn ăn và chơi đùa.

- **Đừng cho trẻ em uống aspirin. Hãy dùng Tylenol.**

- Luôn luôn cho trẻ em uống đúng lượng thuốc. Uống quá nhiều thuốc có thể gây ngộ độc và nguy hại tới tánh mạng! Nhớ đọc kỹ nhãn thuốc. Nếu không chắc cho trẻ em uống bao nhiêu thuốc, hãy hỏi bác sĩ, y tá, hoặc dược sĩ.

- Đừng đánh thức trẻ em dậy để cho uống thuốc mua không cần toa bác sĩ, trừ khi bác sĩ dặn.

- Luôn luôn cho trẻ em uống thuốc bằng muỗng, ly thuốc, hoặc ống nhỏ giọt đi kèm trong hộp thuốc. Nếu làm mất, hãy xin nhân viên tiệm thuốc một cái khác.

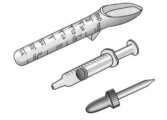

- **Đừng** dùng muỗng ăn cơm để đo lượng thuốc. Lượng thuốc có thể quá ít hay quá nhiều nếu dùng muỗng này

- Đừng cho trẻ em uống thuốc khi đang ói, khóc, hoặc ho vì trẻ em có thể mửa thuốc ra hoặc nghẹn vì thuốc.

- Đừng lộn muỗng cà phê với muỗng canh.
  Dấu hiệu của muỗng cà phê là chữ t nhỏ.
  Dấu hiệu của muỗng canh là chữ T lớn.
  Một muỗng canh bằng 3 muỗng cà phê.

  t = Muỗng cà phe = Tsp. = 5 ml. hoặc 5 cc

  T = Muỗng canh   = Tbsp. = 15 ml. hoặc 15 cc

- Để nguyên mọi loại thuốc trong chai như khi mới mua ở tiệm thuốc về. Cất thuốc ngoài tầm tay trẻ em.

- Đừng gọi thuốc là "kẹo."

Khi nào nên gọi bác sĩ hoặc y tá?

Khi:

- Không biết chắc có nên cho trẻ em uống thuốc mua không cần toa bác sĩ không.

- Không biết nên cho trẻ em uống bao nhiêu thuốc.

- Nghĩ rằng trẻ em có thể bị phản ứng với thuốc.
  Trẻ em có thể không thở được hoặc có thể bị sưng ở mặt, người nổi mẩn đỏ, hoặc ói mửa.

- Lo âu hoặc có thắc mắc.

Tôi cần biết gì thêm về thuốc mua không cần toa bác sĩ (OTC)?

- Nên cẩn thận. Đọc kỹ nhãn thuốc mỗi khi cho trẻ em uống thuốc.

- Thuốc mua không cần toa bác sĩ không làm trẻ em khỏi bệnh nhanh hơn. Chúng có thể làm trẻ em thấy khỏe khoắn hơn.

Trẻ Sơ Sinh 3

Ghi Chú

_____

_____

_____

_____

_____

_____

_____

_____

_____

_____

_____

_____

_____

_____

Mụn Trứng Cá Ở Trẻ Sơ Sinh

Thế nào là mụn trứng cá ở trẻ sơ sinh?

Các chấm trắng nhỏ ở trên mặt. Mụn trứng cá có thể bắt đầu khi trẻ em được từ 2-4 tuần lễ. Chúng thường lặn hết khi trẻ em được 4-6 tháng.

Tôi thấy gì?

- Mụn nhỏ có chấm đen ở giữa gọi là mụn đầu đen.
- Mụn nhỏ có chấm lạt màu ở giữa gọi là mụn đầu trắng.
- Mụn hay mọc trên mũi, mặt, hoặc cổ.

Tôi có thể làm gì tại nhà?

- Rửa mặt nhè nhẹ, dùng loại xà bông nhẹ.
- Đừng nặn mụn hoặc đừng khều mụn.
- Đừng thoa kem hoặc bất kỳ thứ gì trên mụn.

Khi nào nên gọi bác sĩ hoặc y tá?

- Khi mụn trở thành màu đỏ hoặc bắt đầu rỉ nước.

Tôi cần biết gì thêm về mụn trứng cá?

- Nhiều trẻ em bị mụn trứng cá sẽ hết khi trẻ em được 4-6 tháng. Các em không cần phải chữa trị.
- Mụn không lan truyền từ người này sang người kia.

28

Cứt Trâu

Cứt trâu là gì?

Cứt trâu là do chất dầu từ thân thể và lớp da cũ tích tụ trên đầu. Cứt trâu rất thông thường ở trẻ sơ sinh. Nó trông xấu xí, nhưng không làm trẻ em ngứa hoặc đau.

Tôi thấy gì?

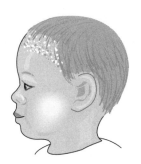

- Vảy màu vàng đầy dầu trên da đầu trẻ em.

- Trẻ em cũng có thể có vảy trên trán, lông mày, hoặc đằng sau tai.

Tôi có thể làm gì tại nhà?

- Gội đầu trẻ em bằng xà bông con nít mỗi ngày một lần.

- Khi xà bông còn trên đầu, lấy bàn chải mềm chải đầu. Vảy sẽ rụng ra. Lấy cây lược có răng nhỏ chải sạch vảy, xả sạch đầu trẻ em.

- Nếu vảy dày, lấy dầu trẻ em (baby oil) thoa lên đầu trẻ em. Để 30 phút sau gội đầu kỹ bằng xà bông.

- Một chút tóc có thể rụng ra cùng với cứt trâu. Đừng lo. Tóc trẻ em sẽ mọc lại.

Khi nào nên gọi bác sĩ hoặc y tá?

- Nếu sau 2 tuần gội đầu và chải mỗi ngày mà cứt trâu vẫn không hết.

- Trẻ em bị nổi đỏ mọng nước ngay phía sau tai.

Tôi cần biết thêm gì về cứt trâu?

- Cứt trâu có thể mọc khi trẻ em mới sinh được 1 tuần.

- Thường hết trong vòng 2 tuần lễ chữa trị, tuy nhiên có thể mọc trở lại.

Vàng Da Ở Trẻ Sơ Sinh

Thế nào là vàng da ở trẻ sơ sinh?

Da và mắt trẻ sơ sinh có màu vàng hoặc da cam.
Trẻ em có thể bị vàng da sau khi sinh được 2-4 ngày.
Màu vàng này sẽ biến mất trong vòng 1-2 tuần lễ.

Tôi thấy gì?

- Mặt, ngực, bụng và lưng trẻ em có màu vàng hoặc da cam.
- Mắt trông có màu vàng.
- Đôi khi tay và chân trẻ em màu vàng hoặc da cam.

Tôi có thể làm gì tại nhà?

- Cho trẻ em ăn mỗi hai đến ba tiếng.

Khi nào nên gọi bác sĩ hoặc y tá?

- Trẻ em bị vàng da.
- Màu vàng hoặc da cam không biến đi sau 2 tuần lễ.
- Trẻ em bị sốt. Đọc trang 12 để biết cách xem trẻ em có bị sốt không.
- Trẻ em buồn ngủ và không bú được nhiều.
- Trẻ em không đi cầu ít nhất 2 lần trong 24 tiếng đồng hồ.

- Trẻ em trông có vẻ bệnh.
- Tã không bị ướt mỗi 6 tiếng đồng hồ.

Tôi cần biết gì thêm về vàng da ở trẻ sơ sinh?

- Quan sát trẻ em dưới ánh sáng ở cửa sổ mỗi ngày. Gọi bác sĩ nếu da trẻ em bị vàng hoặc da cam nhiều hơn.

Lỗ Rốn Rỉ Nước

Thế nào là lỗ rốn rỉ nước?

Là chất lỏng rỉ ra từ quanh lỗ rốn trẻ em.

Tôi thấy gì?

- Cuống rốn bị cột chặt hoặc kẹp lại và vẫn dính vào rốn.

- Vùng da chung quanh lỗ rốn có thể bị đỏ và đau.

- Chất lỏng có thể rỉ ra chung quanh lỗ rốn. Chất lỏng này có thể màu vàng, xanh, hoặc là màu máu.

- Vẩy khô có thể đóng trên lỗ rốn hoặc chung quanh.

Tôi có thể làm gì tại nhà?

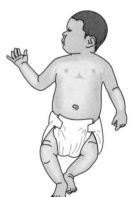

- Luôn luôn giữ cho lỗ rốn khô. Quấn tã ở phía dưới lỗ rốn. Có thể cắt một hình chữ V nếu xử dụng loại tã dùng xong bỏ đi hoặc gấp mép xuống nếu dùng loại tã vải.

- Để lỗ rốn hở ra càng nhiều càng tốt.

- Lau chung quanh lỗ rốn sạch sẽ. Nên lau mỗi khi thay tã. Dùng loại rượu cồn 70% nhúng vào đầu cây bông gòn (Q tips) hoặc cả miếng bông gòn. Rượu cồn có thể mua ở tiệm thuốc tây hoặc tiệm bán thực phẩm. Đây không phải loại rượu để uống.

- Nâng cuống rốn lên và lau sạch ngay chỗ cuống rốn dính vào lỗ rốn. Đừng sợ làm trẻ em đau. Rượu cồn không làm đau. Trẻ em khóc vì rượu cồn lạnh.

- Đừng làm ướt dây nhau cho tới khi lỗ rốn lành. Cuống rốn sẽ rụng ra.

- **Đừng** rắc phấn bột hoặc thoa kem lên lỗ rốn hoặc chung quanh lỗ rốn.

Khi nào nên gọi bác sĩ hay y tá?

- Cuống rốn vẫn chưa rụng sau 3 tuần lễ.
- Sợi chỉ buộc quanh cuống rốn tuột ra.
- Có những vết đỏ trên da quanh lỗ rốn.
- Có mụn hoặc phồng nước chung quanh lỗ rốn.
- Nước rỉ ra nhiều quanh lỗ rốn. Chỗ rỉ nước lớn hơn đồng 25 xu.
- Lỗ rốn chảy máu không ngừng dù đã được ấn chặt.
- Trẻ sơ sinh bị sốt.
- Quanh lỗ rốn sưng hoặc đỏ.
- Lỗ rốn có mùi hôi.

Tôi cần biết gì thêm về lỗ rốn rỉ nước?

- Một chút nước rỉ quanh lỗ rốn là điều bình thường.
- Cuống rốn sẽ rụng trong 1-2 tuần.
- Để cuống rốn rụng tự nhiên. Đừng kéo đứt dù cuống rốn đã rụng nửa chừng.

- Lau bằng rượu cồn sẽ ngừa được nhiễm trùng, đồng thời cũng làm cuống rốn khô và rụng ra.

- Máu có thể rỉ một chút khi cuống rốn rớt ra. Chỗ rỉ máu không nên lớn hơn đồng 25 xu (.25c).

- Máu sẽ ngừng chảy khi thấm nhẹ trong 5 phút.

Chích Ngừa

Thế nào là chích ngừa?

Chích ngừa giữ cho trẻ em không mắc phải những bệnh trầm trọng. Trẻ em cần được chích ngừa 2 tuần lễ sau khi sanh.

Tôi thấy gì?

- Chỗ bị chích nổi đỏ, đau và sưng lên.

- Trẻ em khóc và cáu kỉnh.

- Trẻ em có thể bị nổi mẩn đỏ và sốt.

Tôi có thể làm gì tại nhà?

- Cho trẻ em nằm nghỉ.

- Cho uống Tylenol nếu bị sốt và đau đớn.
  Nhớ đọc nhãn thuốc để biết cho uống bao nhiêu.

- Cho trẻ em uống nhiều nước.

- Dùng nước đá đắp lên chỗ chích trong vòng 24 giờ đầu tiên để làm giảm đau. Lấy khăn bọc nước đá. Cứ mỗi 4 tiếng lại đắp nước đá lên trong vòng 20-30 phút.

- Nếu đến ngày thứ hai hoặc thứ ba còn bị đau, để một khăn mặt nhúng nước ấm lên chỗ chích.

36

Khi nào nên gọi bác sĩ hoặc y tá?

- Trẻ em khóc hơn 3 tiếng đồng hồ.
- Trẻ em bị sốt trên 48 tiếng đồng hồ.
- Trẻ em có vẻ bệnh.
- Chỗ đỏ nơi chích lớn hơn 2 inches, 5.08 cm. Vết đỏ sưng lớn hơn sau 24 tiếng đồng hồ.
- Trẻ em bị làm kinh (Co giật).

Tôi cần biết gì thêm về chích ngừa?

- Chích ngừa còn được gọi là chủng ngừa.
- Trẻ em cần được chích ngừa đầy đủ.
- Bác sĩ sẽ cho quí vị một thẻ chích ngừa của trẻ em. Nhớ giữ kỹ thẻ này (có lẽ nên để trong quyển sách này). Quí vị sẽ cần thẻ này khi trẻ em bắt đầu đi học.
- Mang theo thẻ chích ngừa mỗi khi đến bác sĩ.
- Nhớ cho bác sĩ biết nếu có bác sĩ khác chích ngừa cho trẻ em.

Chích Ngừa

Nhiều loại chích ngừa khác nhau cho trẻ em.
Xin hỏi bác sĩ, y tá, hoặc bệnh viện.

	Mới Sanh	2 tháng	4 tháng	6 tháng	6-18 tháng	12-15 tháng	15-18 tháng	24 tháng	4-6 tuổi	11-12 tuổi
Viêm Gan B (HBV)	X	X			X		X			X(1)
Yết Hầu Ho Ga Uốn Ván (DPT)		X	X	X					X	
Ngừa Sưng Màng Óc (Hib)		X	X	X		X				
Tê Liệt (OPV/IPV)		X	X		X				X	
Đậu Mùa Quai Bị Sởi 3 Ngày (MMR)						X			X	X(1)
Thủy Đậu (Varicella)						X(2)				X(1)
Viêm Gan A								X(3)		
Uốn Ván Yết Hầu Củng Cố (TD)										X

1 Nên chích loạt mũi chích này vào tuổi ghi trên nếu trước đó chưa chích, với liều lượng đúng, hay ở đúng lứa tuổi.

2 Chích cho trẻ em tuổi từ 12 tháng trở lên, chưa bị thủy đậu.

3 Loại chích ngừa này chỉ áp dụng cho một vài khu vực, nên hỏi bác sĩ.

Trích trong: Thời biểu Chích ngừa 2000 của Viện Hàn Lâm Nhi Khoa Hoa Kỳ (American Academy of Pediatrics 2000 Immunization Schedule)

Mắt Trẻ Em

4

Ghi Chú

_____

_____

_____

_____

_____

_____

_____

_____

_____

_____

_____

_____

_____

_____

Có Vật Lạ Trong Mắt

Thế nào là có vật lạ trong mắt ?

Lông mi, bụi, hoặc những thứ khác hoặc chất lỏng rớt vào trong mắt trẻ em.

Tôi thấy gì?

- Mắt bị đỏ.
- Không mở mắt được.
- Nước mắt chảy ra rất nhiều.
- Chớp mắt nhiều lần.
- Cố dụi mắt.
- Có thể nhìn thấy vật lạ trong mắt trẻ em.

Tôi có thể làm gì tại nhà?

- Đừng cho trẻ em dụi mắt.
- Nếu mắt trẻ em bị chất lỏng rớt vào, xả mắt với nước ấm **ngay lập tức** trong vòng 10-15 phút. Giữ cho mắt trẻ em mở khi xả nước vào mắt. Cũng có thể dùng ống nhỏ mắt hoặc một ly nước để rửa mắt trẻ em.

- Tìm xem có gì nằm ở khóe mắt.

- Kéo vành mắt dưới xuống để coi có gì kẹt trong đó không.

- Dùng một cây bông gòn (Q-tip) lật mí mắt trên lên để xem xét.

- Nếu có vật lạ ở trong, rửa mắt bằng nước ấm.
- Đừng cố lấy những thứ kẹt trong mắt. Lấy một khăn mặt ướt đắp lên cả **hai mắt**. Gọi bác sĩ hoặc đưa trẻ em tới bệnh viện.

Khi nào nên gọi bác sĩ hoặc y tá?

- Khi có vật gì kẹt trong mắt.
- Trẻ em cảm thấy có gì trong mắt nhưng quí vị không tìm thấy.
- Chất lỏng hoặc máu chảy từ trong mắt ra.
- Trẻ em thấy đau trong mắt.
- Một giờ đồng hồ sau khi đã xả nước vào mắt, trẻ em vẫn không nhìn thấy rõ.
- Chất lỏng gây phỏng bắn vào mắt.

Tôi cần biết gì thêm về có vật lạ trong mắt?

- Thường tìm thấy vật rớt vào ở dưới mí mắt trên.

- Dụi mắt có thể làm trầy mắt. Dụi mắt có thể gây thương tích nhiều hơn những vật rớt vào mắt.

- Cả hai mắt đều chuyển động cùng một lúc. Che cả hai mắt lại để một mắt không chuyển động nữa.

Đỏ Mắt

Thế nào là đỏ mắt?

Ngứa hoặc nhiễm trùng trong mắt và mí mắt. Mắt có thể bị đỏ vì nhiều nguyên nhân. Những nguyên nhân này gồm dị ứng, vi trùng và vi khuẩn. Bệnh đỏ mắt có thể dễ dàng lây từ người nọ sang người kia.

Tôi thấy gì?

* Mắt bị đỏ. Chảy nước mắt.
* Mí mắt trẻ em sưng và đỏ.
* Ghèn vàng hoặc xanh chung quanh mắt và lông mi.
* Hai mí mắt dính chặt vào nhau lúc buổi sáng.
* Mắt bị ngứa.

Tôi có thể làm gì tại nhà?

* Rửa tay mình và tay trẻ em thường xuyên.
* Đừng cho trẻ em dụi mắt.
* Xả nước ấm rửa mắt. Nếu trẻ em bị vật lạ vào trong mắt, nhớ xả nước ấm.

43

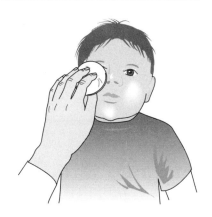

- Đừng để mắt trẻ em bị ghèn hoặc có mủ. Lúc trẻ em thức, cứ 1-2 tiếng đồng hồ rửa mắt một lần. Rửa bằng bông gòn thấm nước ấm. Mỗi lần rửa nên lấy bông gòn mới.

- Lấy nước ấm đắp cho ghèn bong ra. Cẩn thận đừng làm trầy mắt.

- Để một miếng vải nhúng nước lạnh lên mắt cho đỡ ngứa.

Nên làm gì nếu bác sĩ cho toa mua thuốc nhỏ mắt?

- Nếu bác sĩ cho toa mua thuốc nhỏ mắt, quí vị có thể cần người giúp. Một người sẽ giữ chặt trẻ em và quí vị có thể nhỏ thuốc vào mắt.

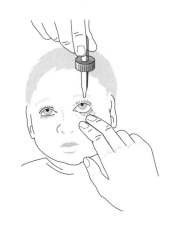

- Giữ ngửa đầu trẻ em. Kéo nhẹ mí mắt dưới xuống (để làm thành một hình cái chén).

- Nhỏ thuốc vào chỗ khe giữa mắt và mi mắt dưới.

- Đừng để ống nhỏ thuốc chạm vào mắt. Bảo trẻ em khẽ nhắm mắt lại trong 2 phút để thuốc không chảy ra khỏi mắt.

- Đối với trẻ em nhỏ hơn, cho trẻ em nằm xuống và nhỏ thuốc vào khoé trong của mắt. Thuốc sẽ chảy vào mắt khi trẻ em nháy mắt.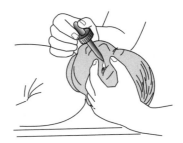

- Bác sĩ có thể cho thuốc mỡ thay vì thuốc nhỏ giọt. Bơm một giải thuốc từ đầu tới cuối mắt, giữa hai mí mắt.

- Ngưng dùng thuốc nếu mắt trẻ em không bị ghèn khi thức dậy vào buổi sáng sau 2 ngày liên tiếp.

Khi nào nên gọi bác sĩ hoặc y tá?

- Khi mắt và mí mắt trẻ em bị đỏ.

- Thấy đau trong mắt.

- Mắt bị mờ hoặc không nhìn thấy.

- Có ghèn xanh hoặc vàng hoặc có mủ chung quanh mắt.

- Mắt bị đỏ hoặc ngứa hơn sau khi dùng thuốc.

- Quí vị tin rằng có vật lạ trong mắt trẻ em.

- Hai con ngươi (hai điểm đen ở ngay chính giữa mắt) không cùng một cỡ.

- Mắt của bạn em cũng bị đỏ.

Đỏ Mắt

Tôi cần biết gì thêm về đỏ mắt?

- Bệnh đỏ mắt dễ lây sang người khác. Nhớ nhắc trẻ em rửa tay thường xuyên và đừng sờ vào mắt.

- Trẻ em không nên dùng chung đồ trang điểm, khăn lông, hoặc khăn mặt với người khác.

- Nếu quanh mắt trẻ em có ghèn xanh hoặc vàng, quí vị có thể cần bác sĩ cho loại thuốc đặc biệt. Trẻ em nên đến khám bác sĩ.

Tai và Mũi Trẻ Em 5

Ghi Chú

Đau Tai
(Đau Vòi Tai Giữa)

Thế nào là đau tai?

Đau trong tai do chất lỏng hoặc nhiễm trùng gây ra. Bệnh đau tai rất thông thường ở trẻ em. Trẻ em thường đau tai khi bị cảm.

Tôi thấy gì?

Trẻ em:

- Kéo tai hoặc xoa tai.
- La hét hoặc khóc.
- Cáu kỉnh và không muốn ăn.
- Trẻ em thường bị sốt.
- Chất lỏng, mủ, hoặc máu chảy từ trong tai ra.
- Bị khó ngủ.
- Không nghe rõ.

Tôi có thể làm gì tại nhà?

- Cho uống Tylenol để giảm đau và sốt. Đọc kỹ nhãn thuốc để biết nên cho uống bao nhiêu.
- Cho uống nước nhiều hơn.
- Cho nghỉ ngơi nhiều hơn.
- Nhớ cho uống thuốc theo đúng lời dặn của bác sĩ.
- Giữ đúng hẹn đến khám bác sĩ, y tá, hoặc trung tâm y tế, dù trông trẻ em có vẻ khỏe.

Đau Tai (Đau Vòi Tai Giữa)

Khi nào nên gọi bác sĩ hoặc y tá?

- Trẻ em bị đau trong tai.
- Chất lỏng, mủ, hoặc máu chảy từ trong tai ra.
- Trẻ em bị cứng cổ hoặc bị sốt.
- Không khỏe hơn sau 2-3 ngày uống thuốc.

Tôi cần biết gì thêm về đau tai ?

- Cho trẻ em uống thuốc theo lời dặn của bác sĩ. Nhớ cho uống dù thấy trẻ em khỏe hơn.
- Chỉ dùng thuốc nhỏ tai theo toa của bác sĩ.
- Đừng đút bông gòn hoặc những thứ khác vào lỗ tai.
- Luôn luôn để đầu em cao hơn vai khi cho bú. Điều này sẽ ngăn không cho sữa chảy vào trong tai.
- Đừng cho trẻ em bú bình khi đi ngủ.
- Nhớ để thuốc nhỏ tai trong tủ lạnh nếu trên nhãn dán có dặn.

Ráy Tai

Thế nào là ráy tai?

Ráy tai là một chất lỏng sền sệt do cơ thể tạo ra để bảo vệ phần bên trong tai. Có ráy tai là chuyện bình thường. Chúng thường tự tuôn ra. Chúng có thể trở nên cứng và đóng nhiều trong tai.

Tôi thấy gì?

* Một chất có màu từ vàng lạt tới nâu xậm trong tai.
* Trẻ em không nghe rõ như trước.

Tôi có thể làm gì tại nhà?

* Không cần phải làm gì trừ khi ráy tai trở nên cứng.
* Lấy một khăn ướt lau ráy chảy ra ngoài tai.
* Đừng lấy cây quấn bông gòn (Q-tip) hoặc những thứ khác đút vào lỗ tai trẻ em. Việc này có thể làm ráy tai chạy sâu vào bên trong lỗ tai.

Nên làm gì nếu ráy tai trở nên cứng và kẹt trong lỗ tai trẻ em?

Đừng làm những điều sau này nếu trẻ em có ống nối trong tai để ngừa nhiễm trùng, bị nhiễm trùng tai hoặc có lỗ trong màng nhĩ.

- Nhỏ 3 giọt dầu trẻ em
(baby oil) (sau khi đã
thử trên cườm tay)
vào lỗ tai trẻ em 2
lần một ngày. Nhỏ từ
3 tới 5 ngày.

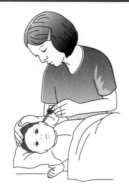

- Thử trước độ nóng của dầu trên
cổ tay. Độ ấm của dầu phải bằng
nhiệt độ của da quí vị.

- Cho trẻ em nằm để tai trên một
tấm chườm nóng (hoặc một khăn lông
thấm nước ấm) trong vòng 20 phút. Điều
này sẽ làm ráy tai mềm ra.

- Khi ráy tai đã mềm, dùng ống bơm tai bằng
cao su bơm nước ấm vào tai. Quí vị cũng có thể
dùng ống xịt nước vặn nhỏ. Thử nước trên cườm
tay trước khi bơm. Nhiệt độ của nước phải bằng
nhiệt độ của da quí vị.

- Quay đầu trẻ em để tai có ráy tai nằm bên dưới cho
nước chảy ra.

Khi nào nên gọi bác sĩ hoặc y tá?

- Trẻ em bị đau hoặc chảy máu trong tai.

- Không lấy ráy tai ra được.

- Trẻ em có ống nối trong tai và ráy đóng trong tai.

Ráy Tai

Tôi cần biết gì thêm về ráy tai?

- Ráy tai sẽ di chuyển ra phía ngoài tai khi trẻ em nhai.

- Đừng dùng đầu cây quấn bông gòn. Chúng có thể làm ráy tai chui vào sâu trong tai và làm ráy tai trở nên cứng và bị kẹt lại.

- Dạy trẻ em không nên đút vật gì vào trong tai.

Chảy Máu Cam

Thế nào là chảy máu cam?

Chảy máu trong mũi. Chảy máu cam rất thông thường ở trẻ em.

Tôi thấy gì?

- Máu chảy từ trong mũi ra.
- Trẻ em khạc ra hoặc ói ra máu đã nuốt vào cổ họng.
- Trẻ em sợ hãi.

Tôi có thể làm gì tại nhà?

- Cho trẻ em ngồi xuống để đầu cúi ra phía trước. Đừng để nằm hoặc để đầu nghiêng ra sau vì máu có thể chảy vào trong miệng.
- Bảo trẻ em xì mũi nhẹ.
- Xem có vật lạ trong mũi không.
- Bảo trẻ em khạc máu trong miệng ra.
- Bảo trẻ em thở bằng miệng.
- Bóp chỗ mềm của mũi (cánh mũi) trong **10 phút liên tiếp.** Đừng ngừng tay cho tới khi hết 10 phút. Nếu máu không ngừng chảy, bóp mũi thêm 10 phút nữa

- Đừng nhét bất cứ thứ gì vào mũi trẻ em để làm máu ngưng chảy.
- Đừng cho trẻ em móc mũi hoặc xì mũi trong vòng 12 tiếng sau khi máu ngưng chảy.

Khi nào nên gọi bác sĩ hoặc y tá?

Khi trẻ em:

- Dưới một tuổi và bị chảy máu cam.
- Bị chảy máu cam thường xuyên.
- Máu chảy ra từ miệng hoặc từ nướu răng.
- Bị xỉu, chóng mặt, xanh xao và đổ mồ hôi.
- Người bị bầm mặc dầu không bị té hoặc bị thương.

Tôi cần biết gì thêm về chảy máu cam?

- Chảy máu cam thường xảy ra trong mùa đông. Khi trong nhà vặn sưởi, không khí rất khô. Nên dùng máy làm ẩm không khí.
- Xì mũi hoặc móc mũi có thể làm chảy máu cam.
- Nếu trẻ em bị chảy máu cam rất nhiều, hãy hỏi bác sĩ về thuốc nhỏ mũi có chất saline. Thuốc này có thể mua không cần toa bác sĩ.
- Nhỏ vài giọt nước vào mũi trước khi trẻ em xì mũi rất tốt.
- Mũi khô có thể chảy máu. Có thể thoa một chút Vaseline vào mũi trẻ em. Thoa chừng 2-4 lần một ngày để ngừa chảy máu cam.

- Vảy khô đóng lại sau khi chảy máu cam có thể làm ngứa. Đừng cho trẻ em móc vảy ra. Nếu vảy tróc ra trẻ em sẽ bị chảy máu cam nữa.

Có Vật Lạ Trong Tai

Thế nào là có vật lạ trong tai?

Trẻ em đút những vật nhỏ như hạt đậu vào trong tai. Con bọ cũng có thể chui vào trong tai.

Tôi thấy gì?

- Trẻ em kéo tai hoặc xoa tai.
- Trẻ em không nghe rõ.
- Thấy một vật gì đó trong tai.
- Trẻ em thấy đau hay cảm thấy có vật lạ trong tai.

Tôi có thể làm gì tại nhà?

Cần làm gì nếu có bọ trong tai trẻ em?

- Mang em vào trong một phòng tối. Soi đèn sáng gần phía bên ngoài tai. Bọ sẽ bò ra phía ánh sáng.
- Nếu bọ không ra, đổ dầu trẻ em (baby oil) hoặc dầu ô liu (olive oil) ấm vào tai, bọ sẽ trôi ra.

- Nghiêng đầu trẻ em cho tai có dầu nằm phía dưới để dầu chảy ra ngoài.

Nên làm gì nếu trong tai trẻ em có thức ăn hoặc vật lạ khác?

- Nghiêng đầu trẻ em cho tai có vật lạ ở trong nằm phía dưới. Lắc tai qua lại. Vật đó có thể rớt ra.

- **Đừng** cho nước vào trong tai. Vật đó có thể lớn ra và kẹt trong tai.

- **Đừng** dùng nhíp hoặc đầu cây quấn bông gòn (Q-tip) để lấy vật thấy trong tai ra. Điều này có thể làm vật đó lún sâu vào trong tai.

Khi nào nên gọi bác sĩ hoặc y tá?

- Khi không lấy được vật trong tai ra.

- Vật trong tai rớt ra nhưng trẻ em vẫn cảm thấy đau.

Tôi cần biết gì thêm về có vật lạ trong tai?

- Trẻ em thường bỏ những đồ vật nhỏ trong lỗ tai.

- Để trẻ em tránh xa những đồ vật nhỏ.

- Đừng bao giờ dùng một thứ gì để lấy một vật trong tai ra. Vật này có thể lọt sâu vào trong tai.

Có Vật Lạ Trong Mũi

Thế nào là có vật lạ trong mũi?

Trẻ em bỏ một đồ vật lạ hoặc thức ăn vào trong mũi.

Tôi thấy gì?

- Có một vật lạ trong mũi.

- Chất lỏng hoặc mủ chảy ra từ một bên hoặc cả hai bên mũi (lỗ mũi). Chất này có màu vàng hoặc xanh và rất hôi.

- Một hoặc cả hai lỗ mũi có thể bị đỏ và sưng lên.

Tôi có thể làm gì tại nhà?

- Đè chặt bên mũi không có vật gì bên trong. Bảo em xì thật mạnh bằng mũi bên kia nhiều lần.

- Đừng lấy nhíp hoặc ngón tay móc vật đó ra. Điều này có thể làm vật đó rớt sâu vào trong mũi.

Khi nào nên gọi bác sĩ hoặc y tá?

- Khi quí vị nhìn thấy một vật trong mũi trẻ em nhưng em không thể xì ra được.

- Vật đó đã được xì ra nhưng chất lỏng màu vàng lại chảy ra.

- Chất lỏng có mùi hôi chảy ra từ mũi.

- Mũi trẻ em bị đỏ hoặc sưng lên.

- Trẻ em bị sốt.

Tôi cần biết gì thêm về có vật lạ trong mũi?

- Trẻ em hay đút những vật nhỏ vào mũi. Những vật này gồm cả gạo, hạt, hột tròn, kẹo và đá.

- Để những đồ vật nhỏ xa trẻ em.

- Thức ăn có thể chạy lên mũi khi trẻ em ói mửa.

Miệng Và Cổ Họng 6

Ghi Chú

61

Mắc Nghẹn

Thế nào là mắc nghẹn?

Thức ăn, chất lỏng, hoặc một vật lạ khác chặn ngang cổ họng hoặc đường hô hấp.

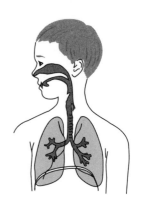

Tôi thấy gì?

- Trẻ em ho rất nhiều.
- Trẻ em không nói, không khóc, hoặc không thở được.
- Trẻ em bị tím người.
- Trẻ em cứng đờ người và xỉu đi.

Tôi có thể làm gì tại nhà?

- Không cần làm gì nếu trẻ em chỉ ho thôi. Ho làm thông cổ họng và khí quản. Hãy ở gần và coi chừng trẻ em.
- Đừng cho trẻ em uống nước để chặn cơn ho.

Cần làm gì khi trẻ em bị mắc nghẹn và không thở được (trẻ em không ho, không nói, hoặc không cử động)?

Nếu trẻ em dưới một tuổi:

- Nếu quí vị chỉ có một mình, hãy la lớn để kêu cứu.

62

Mắc Nghẹn

- Để trẻ em nằm sấp, đầu hơi chúc xuống, thấp hơn thân mình.

- Lấy cườm tay đập 5 lần thật nhanh vào lưng phía trên trẻ em. Giữ đầu em lại.

- Làm lại 5 lần. Vật làm trẻ em mắc nghẹn sẽ bật ra. Lấy vật đó ra khỏi miệng em.

- Nếu vật đó không bật ra (người trẻ em cứng đờ không khóc), quay ngửa em lại trên đùi mình.

- Để 2 hoặc 3 ngón tay vào giữa ngực trẻ em. Nhấn xuống 5 lần cho tới khi vật đó bật ra.

- Nếu vật đó không bật ra hãy nhìn vào trong miệng trẻ em. Nếu thấy vật gì lạ lấy ra. Đừng cho tay vào miệng trẻ em nếu không thấy gì trong miệng.

- Nếu em vẫn không thở và không có ai giúp đỡ, gọi **911 ngay**. Làm hô hấp bằng miệng (Xem trang 162).

Nếu trẻ em từ một tuổi trở lên, đang đứng hoặc ngồi:

- Nếu quí vị chỉ có một mình, hãy la lớn để kêu cứu.

- Đứng đằng sau lưng em. Vòng tay qua bụng.

- Nắm một bàn tay lại. Úp nắm tay vào bụng trên của em, chỗ ngay dưới xương sườn.

- Để tay bên kia lên nắm tay này. Ép bụng em vào thật nhanh.

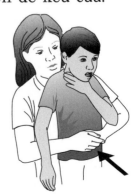

Mắc Nghẹn

- Làm như vậy cho tới lúc vật làm em mắc nghẹn bật ra. Lấy vật đó ra khỏi miệng.

- Nếu vật đó không bật ra, hãy nhìn vào trong miệng em. Nếu thấy vật gì lạ lấy ra. Đừng cho tay vào miệng em nếu không thấy gì trong miệng.

- Nếu người em cứng đờ và không có ai giúp đỡ, **gọi 911** ngay. Làm hô hấp bằng miệng (Xem trang 162).

Nếu trẻ em từ một tuổi trở lên, đang nằm trên sàn:

- Để mặt trẻ em ngửa lên.

- Lấy cườm tay để lên phía bụng trên của em, ngay dưới xương sườn.

- Để tay còn lại lên trên bàn tay thứ nhất. Ấn thật nhanh xuống bụng.

- Làm như vậy cho tới lúc vật làm em mắc nghẹn bật ra. Lấy vật đó ra khỏi miệng.

- Nếu vật đó không bật ra, hãy nhìn vào trong miệng em.

- Lấy bất cứ vật gì lạ ra. Đừng cho tay vào miệng em nếu không thấy gì trong miệng.

- Nếu người em cứng đờ và không có ai giúp đỡ, **gọi 911** ngay. Bắt đầu làm hô hấp bằng miệng (Xem trang 162).

Gọi số 911 điện thoại cấp cứu nếu:

- Không lấy được vật kẹt trong khí quản ra.

- Trẻ em không bắt đầu khóc hoặc nói được.

- Người trẻ em cứng đờ.

Làm thế nào để phòng ngừa mắc nghẹn?

- Trẻ em có thể mắc nghẹn vì những thức ăn dưới đây:
  - Bắp rang
  - Kẹo cao su (Gum)
  - Nho tươi
  - Kẹo hột nhỏ cứng như M&Ms
  - Đậu phọng
  - Hot Dogs
  - Nho khô
  - Rau sống

- Đừng cho trẻ em ăn bất kỳ thứ gì nhỏ, cứng, và tròn.

- Trẻ em có thể mắc nghẹn vì:
  - Bong bóng
  - Hột anh đào (Cherry)
  - Hột cam
  - Pin đồng hồ đeo tay
  - Tiền cắc

- Dạy trẻ em nhai thức ăn thật kỹ. Cắt nhỏ các loại thức ăn như hot dogs, nho tươi, và rau sống.

- Đừng cho em ngậm bất kỳ thứ gì trong miệng khi chạy.

- Kiểm soát các loại đồ chơi có những bộ phận nhỏ kéo ra được.

- Đừng cho trẻ nhỏ các loại đồ chơi có những bộ phận nhỏ hơn hình dưới đây:

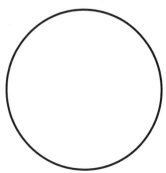

- Mỗi ngày nên kiểm soát núm vú bình sữa để coi chừng những vết nứt và bể. Mỗi 2-3 tháng nên mua núm vú mới.

- Dạy trẻ em chỉ cho thức ăn vào miệng thôi, không được cho thứ gì khác vào miệng.

Đau Cổ Họng

Thế nào là đau cổ họng?
Đau trong cổ họng. Phần nhiều bệnh đau cổ họng đi cùng với cảm và sẽ hết trong 3 ngày.

Tôi thấy gì?
- Trẻ em không muốn ăn.
- Khóc khi được đút cho ăn.
- Bị sốt.
- Kéo tai.
- Cổ họng bị đỏ.
- Cổ họng có những đốm trắng hoặc vàng.

Tôi có thể làm gì tại nhà?
- Nhìn vào cổ họng coi có những đốm trắng hay vàng không.
- Cho trẻ em ăn thức ăn mềm và uống nhiều nước. Thức ăn lạnh làm cổ họng dễ chịu hơn.
- Những thức ăn dưới đây dễ nuốt khi bị đau cổ họng:
  - sốt táo nghiền
  - cà rem
  - thạch lỏng
  - cà rem cây (cho trẻ em 4 tuổi trở lên)
- Nước ngọt và nước trái cây như nước cam dễ làm đau cổ họng.

- Cho uống Tylenol để làm giảm đau hoặc giảm sốt. Đọc kỹ nhãn thuốc để biết nên cho uống bao nhiêu.

- Trẻ em trên 8 tuổi có thể súc miệng với nước muối ấm. Trộn 1 muỗng cà phê muối vào một chén nước ấm.

- Một vài trường hợp đau cổ họng cần phải uống thuốc. Nếu bác sĩ cho toa mua thuốc, nhớ cho trẻ uống thuốc theo đúng lời dặn của bác sĩ.

Khi nào nên gọi bác sĩ hoặc y tá?

- Trẻ em có những đốm trắng hoặc vàng trong cổ họng.

- Trẻ em không mở lớn miệng được.

- Trẻ em chảy nước rãi và không nuốt được.

- Trẻ em thở khó.

- Trẻ em không uống được.

- Trẻ em không tiểu được trong 8 tiếng đồng hồ.

- Trẻ em bị nổi ngứa.

Tôi cần biết gì thêm về đau cổ họng?

- Đa số trường hợp đau cổ họng không cần uống thuốc.

- Đừng dùng thuốc xịt vào cổ họng bán tại tiệm trừ khi bác sĩ dặn.

- Nếu bác sĩ cho toa mua thuốc, nhớ cho uống hết thuốc dù trẻ em có vẻ khỏe khoắn. Đừng bao giờ cho trẻ em uống thuốc cũ hoặc thuốc của người khác.

Trẻ Em Nuốt Phải Vật Lạ

Thế nào là nuốt phải vật lạ?

Trẻ em nuốt một vật không phải là thức ăn.

Tôi thấy gì?

- Một vật bị mất mà trẻ em có thể đã nuốt.

- Trẻ em nói rằng đã nuốt một vật lạ.

- Trẻ em bị mắc nghẹn hoặc ho nếu có vật lạ trong cổ họng hoặc khí quản.

Tôi có thể làm gì tại nhà?

- Nếu trông trẻ em không sao và trẻ em thấy bình thường, cho trẻ em uống nước. Nếu nước trôi xuống bình thường, cho trẻ em ăn một chút bánh mì.

- Coi phân trẻ em mỗi ngày để tìm vật trẻ em đã nuốt.

- Quí vị có thể dùng dao cắt phân ra. Hoặc dùng đồ lọc hay rổ để lọc phân.

Khi nào nên gọi bác sĩ hoặc y tá?

- Trẻ em nuốt:
  - Vật nhọn
  - Vật lớn hơn đồng một xu
  - Pin đồng hồ đeo tay

- Trẻ em không nuốt được hoặc không thở được.

- Ho không ngừng.

- Trong phân có máu khi đi cầu.

- Ói mửa hoặc bị đau bụng.

- Bị đau ở ngực hoặc cổ họng.

- Trông có vẻ bệnh.

- Trong 7 ngày không tìm được một vật lạ trong phân.

Tôi cần biết gì thêm về việc trẻ em nuốt phải vật lạ?

- Đa số đồ vật ra khỏi cơ thể trong vòng 3-4 ngày.

- Để những đồ vật nhỏ hơn hình dưới đây ở xa trẻ em:

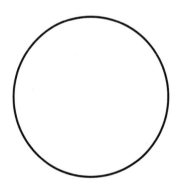

- Trẻ em nuốt pin đồng hồ đeo tay rất nguy hiểm. Gọi bác sĩ ngay lập tức.

Mọc Răng

Thế nào là mọc răng?

Răng mới mọc ra xuyên qua nướu răng. Răng bắt đầu mọc khi trẻ em được 4-6 tháng. Răng có thể mọc cho tới khi trẻ em lớn đến 2-3 tuổi.

Tôi thấy gì?

- Có những chỗ phồng nổi đỏ trên nướu răng.

- Nướu bị sưng.

- Trẻ em cáu kỉnh.

- Trẻ em nhai ngón tay và cho đồ vật vào miệng.

- Miệng và cằm trẻ em luôn luôn ướt vì nước rãi chảy ra.

- Có những đốm xanh hoặc đen trên nướu răng.

Tôi có thể làm gì tại nhà?

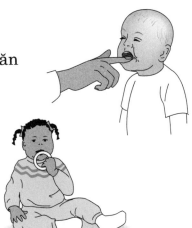

- Dùng ngón tay hoặc một khăn thấm nước lạnh xoa nhẹ nướu răng trẻ em để làm giảm đau.

- Cho trẻ em nhai vòng nhựa dẻo (teething ring), bánh, hoặc khăn thấm nước lạnh.

- Cho uống Tylenol nếu trẻ em quá cáu kỉnh. Đọc kỹ nhãn thuốc để biết nên cho uống bao nhiêu.

Khi nào nên gọi bác sĩ hoặc y tá?

- Khi trẻ em trông có vẻ bệnh hoặc tỏ ra đau ốm.

- Khi có thắc mắc.

Tôi cần biết gì thêm về mọc răng?

- Thường thường không cần cho trẻ em uống thuốc khi mọc răng.

- Đừng thoa thuốc giảm đau lên nướu răng trẻ em.

- Đừng buộc vòng nhựa dẻo quanh cổ trẻ em. Việc này có thể làm trẻ em bị mắc nghẹn.

- Đừng cho trẻ em bú bình sữa hoặc nước trái cây khi đi ngủ. Trẻ em sẽ bị sâu răng.

- Lau nướu và răng trẻ em sau mỗi bữa ăn và khi đi ngủ bằng khăn ướt hoặc bàn chải mềm.

Đau Răng

Thế nào là đau răng?

Răng bị hư (sâu răng) thường làm cho đau răng.

Tôi thấy gì?

- Những đốm nâu trên răng.
- Có những chỗ phồng màu đỏ trên nướu gần răng.
- Má bị sưng.
- Nướu chảy mủ.
- Trẻ em bị sốt.

Tôi có thể làm gì tại nhà?

- Dùng chỉ xỉa hai bên răng để lấy hết đồ ăn bị kẹt ở trong ra.
- Để đá lạnh lên phía má bị đau.
- Cho uống Tylenol để làm giảm đau. Đọc kỹ nhãn thuốc để biết nên cho uống bao nhiêu.

Đau Răng

Làm thế nào để ngừa sâu răng?

- **Đừng** cho trẻ em bú bình khi đi ngủ. Sữa hoặc nước trái cây ở trong miệng suốt đêm sẽ làm sâu răng.

- Chất fluoride chống sâu răng. Phần nhiều nước máy đều có chất fluoride. Hãy hỏi bác sĩ xem trẻ em có cần fluoride không.

- Bắt đầu lau sạch răng cho trẻ em mỗi ngày ngay từ khi răng mới mọc. Dùng bàn chải răng mềm hoặc khăn ướt để lau. Không cần dùng kem đánh răng. Nếu dùng kem đánh răng, hãy dùng một lượng nhỏ bằng hạt đậu.

- Bắt đầu tập cho trẻ em đánh răng khi lên 2 tuổi.

- Đem trẻ em đi khám răng 2 lần một năm bắt đầu từ khi 3 tuổi.

- Dạy trẻ em dùng chỉ xỉa răng từ khi còn nhỏ. Bắt đầu dùng chỉ ngay khi răng khít nhau.

- Giúp trẻ em chăm sóc răng cho tới khi lên 6 tuổi.

- Mua bàn chải mới 3-4 tháng một lần. Mỗi người trong gia đình cần có bàn chải riêng. Đừng dùng chung bàn chải.

Đau Răng

Khi nào nên gọi bác sĩ, y tá hoặc nha sĩ?

- Gọi nha sĩ nếu trẻ em bị đau răng.

- Gọi bác sĩ nếu trẻ em bị sốt hoặc bị sưng ở má, ở quai hàm, hoặc ở cằm.

Tôi cần biết gì thêm về đau răng?

- Răng trẻ em rất quan trọng. Hãy chăm sóc răng trẻ em thật kỹ.

- Tất cả các răng sâu đều cần được nha sĩ khám.

- Chất bọc răng là một chất trong suốt được bọc lên răng để ngừa sâu răng. Hỏi nha sĩ về chất bọc răng.

- Kem đánh răng có chất fluoride. Chỉ nên dùng một chút khi đánh răng cho trẻ em. Đừng để trẻ em ăn kem đánh răng.

- Một số trẻ em thích ăn kem đánh răng. Nhớ để kem đánh răng xa tầm tay trẻ em.

Nấm Trong Miệng
(Đẹn Sữa)

Thế nào là đẹn sữa?

Đẹn sữa là sự nhiễm trùng trong miệng.

Tôi thấy gì?

* Những đốm trắng giống như sữa ở trên lưỡi, nướu răng, và má phía bên trong miệng.

* Những đốm trắng này không sạch dù được chùi đi.

* Trẻ em khóc khi bú.

Tôi có thể làm gì tại nhà?

* Trẻ em cần được bác sĩ cho thuốc.

* Cho uống thuốc sau bữa ăn.

* Cho thuốc vào phía trước miệng và hai bên miệng. Có thể dùng ngón tay thoa thuốc lên những đốm này. Nhớ rửa tay thật kỹ trước khi làm.

* Đừng cho trẻ em ăn hoặc uống trong vòng 30 phút sau khi dùng thuốc.

* Nếu trẻ em không bú được, nên cho ăn bằng ly hoặc bằng muỗng.

* Dùng đầu núm vú sạch mỗi khi cho bú.

- Luôn luôn dùng bình sạch mỗi khi cho bú. Đừng dùng lại bình sữa chưa rửa.

- Rửa sạch những đồ vật trẻ em đút vào miệng bằng xà bông và nước nóng.

Khi nào nên gọi bác sĩ hoặc y tá?

- Trẻ em có những đốm trắng trong miệng.

- Trẻ em không muốn ăn.

- Đốm trắng không hết sau khi đã uống thuốc được 10 ngày.

- Trẻ em bị sốt trên 100 độ F (khoảng 37.8 độ C) nếu đo ở hậu môn.

- Trẻ em bị nổi mẩn đỏ vì tã ẩm ướt.

Tôi cần biết gì thêm về đẹn sữa?

- Đừng cho trẻ em bú bình hoặc ngậm núm vú khi đi ngủ.

- Luôn luôn rửa sạch núm vú và đầu núm vú bằng xà bông và nước nóng.

- Luôn luôn rửa tay thật kỹ trước khi cho trẻ em ăn.

- Gọi bác sĩ nếu trẻ em bú sữa mẹ và bà mẹ bị đau, ngứa, hoặc da nổi đỏ chung quanh đầu núm vú.

- Trẻ em có thể bị đẹn sữa ở chỗ mặc tã.

Hô Hấp

7

Ghi Chú

_____

_____

_____

_____

_____

_____

_____

_____

_____

_____

_____

_____

_____

_____

_____

Cảm, Cúm

Thế nào là cảm, cúm?

Một căn bệnh (do vi khuẩn) dễ lan truyền ở mũi và cổ họng. Bệnh kéo dài khoảng 7 ngày. Trẻ em thường bị 6 cơn cảm trong một năm.

Tôi thấy gì?

- Mũi đỏ, chảy nước mũi (Sổ mũi)
- Hắt xì
- Chảy nước mắt
- Ho khan
- Không muốn ăn
- Không bú được bằng bình hoặc bằng vú mẹ.

Tôi có thể làm gì tại nhà?

- Cho trẻ em nằm nghỉ thật nhiều.
- Cho trẻ em gối đầu cao khi ngủ. Điều này giúp trẻ em thở dễ hơn.
- Cho trẻ em uống nước mỗi giờ một lần.
- Chỉ dùng khăn giấy mềm một lần rồi bỏ đi.
- Nếu trẻ em trên 9 tháng, có thể cho uống Tylenol để giảm sốt. Có thể cho trẻ em uống Dimetapp Elixer nếu bị sổ mũi. Đọc kỹ nhãn thuốc để biết nên cho uống bao nhiêu.

- Có thể dùng ống hút mũi bằng cao su mềm để hút sạch mũi bị nghẹt. Hút mũi sẽ giúp trẻ em bú được.

Cách dùng ống hút mũi:

- Trước hết bóp đầu ống để đẩy không khí ra.

- Đưa nhẹ đầu nhỏ bằng cao su vào trong mũi (lỗ mũi).

- Từ từ nhả đầu ống hút.

- Chất lỏng sẽ bị hút ra khỏi mũi.

- Làm lại như vậy với lỗ mũi bên kia.

- Đừng làm nhiều hơn 3-4 lần một ngày.

- Sau khi dùng, rửa sạch ống hút mũi bằng nước ấm và xà bông.

Khi nào nên gọi bác sĩ hoặc y tá?

- Trẻ em bị bệnh đã hơn 6 ngày.

- Trẻ em vẫn thở khó sau khi đã hút sạch mũi bằng ống hút.

- Trẻ em bị đau cổ hoặc cứng cổ.

- Trẻ em bị đau tai.

- Trẻ em bị nổi mẩn đỏ hoặc bị sưng đỏ trên da.

- Trẻ em ho ra đàm xanh lá cây, vàng, hoặc xám.

- Trông trẻ em có vẻ bệnh hoặc tỏ ra đau ốm.

- Trẻ em bị sốt trên 100 độ F (khoảng 37.8 độ C) đã hơn 3 ngày.

- Trẻ em không uống nước nhiều. Trẻ em chỉ tiểu được một chút.

Tôi cần biết gì thêm về cảm, cúm?

- Không có thuốc nào trị hết cảm, cúm. Trẻ em sẽ từ từ khỏi bệnh nếu nghỉ ngơi và uống thật nhiều chất lỏng.

- Cảm, cúm có thể gây ra các bệnh khác. Gọi bác sĩ nếu trẻ em không khỏi bệnh sau 7 ngày.

- Cảm, cúm lây dễ dàng từ người nọ sang người kia. Dùng khăn giấy mềm sạch che miệng khi ho và hắt hơi. Rửa tay ngay sau đó.

- Dạy trẻ em rửa tay thường xuyên.

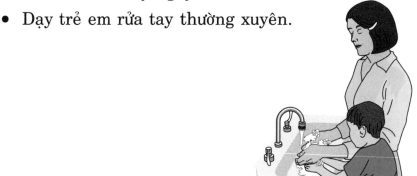

Ho

Thế nào là ho?

Ho là một cách để cơ thể làm sạch cổ họng, khí quản, và phổi. Ho không phải là một căn bệnh. Đó là triệu chứng của bệnh.

Tôi thấy gì?

- Trẻ em ho ra đàm màu trong, trắng, vàng, xanh lá cây, hoặc nâu.

- Không ngủ được vì ho.

- Ho không dứt (ho thắt ruột).

- Không thở được trong khi ho.

- Bị sốt.

- Bị sổ mũi và ngạt mũi.

Tôi có thể làm gì tại nhà?

- Cho trẻ em uống thật nhiều chất lỏng. Nước chanh, nước táo và nước ấm đều rất tốt.

- Không khí khô có thể làm trẻ em bị ho nhiều hơn. Để một máy làm ẩm không khí phun hơi nước lạnh hoặc ấm trong phòng trẻ em vào ban đêm. Hơi nước từ vòi tắm nước nóng cũng làm dịu cơn ho khan.

- Mật ong cũng làm trẻ em trên một (1) tuổi bớt cơn ho. **Đừng dùng** mật ong cho trẻ em dưới một (1) tuổi.

- Có thể mua thuốc ho không cần toa bác sĩ như Robitussin DM để trị ho khan. Nhờ bác sĩ hoặc dược sĩ giúp chọn đúng loại thuốc.

- Nếu trẻ em ho có đàm, đừng cho uống thuốc ho mua không cần toa bác sĩ trừ khi bác sĩ dặn. Ho có đàm là khi ho, trẻ em khạc ra đàm.

Khi nào nên gọi bác sĩ hoặc y tá?

- Trẻ nhỏ dưới 3 tháng bị ho.

- Ho ra máu.

- Ho ra đàm đặc màu xanh lá cây hoặc nâu.

- Ho không dứt.

- Môi bị tái xanh khi ho.

- Ho lâu hơn 7 ngày.

- Bị đau ngực khi ho.

- Thở lẹ và khó khăn.

- Không thở được.

- Bị sốt và ho hơn 72 tiếng đồng hồ.

- Không ngủ được vì ho.

- Ói ra khi ho.

- Cơn ho bắt đầu sau khi trẻ em bị mắc nghẹn thức ăn.

Tôi cần biết gì thêm về ho?

- Ho có thể do nhiều nguyên nhân. Những nguyên nhân này gồm hút thuốc, dị ứng, và nhiễm vi khuẩn.

- Đừng cho những người hút thuốc gần trẻ em.

Ho

- Đừng cho trẻ em uống thuốc ho vào ban ngày, trừ khi bác sĩ dặn. Ho là phản xạ tốt để làm tan bớt đàm. Ban ngày nên để trẻ em ho nhưng nên cho uống thuốc ho vào ban đêm (nếu cần) để trẻ em có thể ngủ được.

- Thuốc ho chỉ làm cho trẻ em dễ chịu. Cơn ho sẽ bớt khi căn bệnh bớt.

Viêm Thanh Quản
(Croup Cough)

Thế nào là viêm thanh quản?

Trẻ em thở khó khăn. Tiếng ho của trẻ em nghe giống tiếng chó sủa hoặc tiếng rái cá (seal) kêu. Cơn ho thường nặng thêm vào ban đêm. Cơn ho có thể bắt đầu một cách bất thình lình.

Tôi thấy gì?

- Trẻ em thở rất khó.

- Trẻ em bị sợ hãi.

- Trẻ em bị sốt từ 100-102 độ F (khoảng 37.8-38.9 độ C).

- Lỗ mũi phồng lên khi trẻ em hít vào.

- Khoảng cách giữa các xương sườn bị thụt vào khi trẻ em hít vào.

- Trẻ em không thể nói hoặc không khóc được vì thở khó khăn.

Tôi có thể làm gì tại nhà?

- Để một máy làm ẩm không khí phun hơi nước lạnh (cool mist humidifier) cạnh giường trẻ em trong một tuần lễ. Mặc quần áo ấm cho trẻ em. Giữ cho phòng luôn mát mẻ.

86

- Vặn nước nóng, đóng cửa phòng tắm cho phòng đầy hơi nước nóng. Ngồi trong phòng tắm với trẻ em trong vòng 20 phút. Đọc sách để trẻ em yên tâm.

- Không khí lạnh ẩm có thể làm cho thở dễ hơn. Có thể quấn trẻ em trong mền và cho trẻ em ra ngoài không khí ban đêm trong vòng 10-20 phút.

- Cho trẻ em uống các chất nước trong và ấm. Nước táo, nước, và trà rất tốt. Các loại này làm đàm lỏng ra và cổ họng giãn ra.

- **Đừng cho trẻ em uống thuốc ho.** Thuốc ho không làm bệnh viêm thanh quản bớt.

Khi nào nên gọi bác sĩ hoặc y tá?

- **Gọi 911** nếu trẻ em ngừng thở và người bị tái xanh. Bắt đầu làm hô hấp bằng miệng. (Xem trang 162).

- Có tiếng rít lên khi trẻ em hít vào.

- Nếu có tiếng rít khi trẻ em thở ra, gọi ngay bác sĩ. Trẻ em có thể bị suyễn.

- Trẻ em chảy nước miếng và không nói được hoặc không nuốt được.

- Hơi thở quá ngắn đến độ không đi được.

- Cơn ho không thuyên giảm sau khi đã ra ngoài trời ban đêm hoặc đã ở trong phòng tắm có hơi nước nóng.

- Trẻ em ho không ngừng trong 1 tiếng đồng hồ.

- Trẻ em ho ba đêm liên tiếp.

- Cơn ho bắt đầu sau khi trẻ em bị bọ cắn hoặc sau khi uống thuốc.

- Trẻ em bị đau tai và đau cổ họng nhiều.

Tôi cần biết gì thêm về viêm thanh quản?

- Viêm thanh quản do vi khuẩn gây ra. Bệnh rất thông thường ở trẻ em từ 2-4 tuổi.

- Viêm thanh quản có thể xảy ra mỗi đêm trong 7 đêm. Hãy trông chừng cẩn thận kẻo trẻ em không thở được. Nên ngủ với trẻ em trong vài đêm sau cơn bệnh.

Bao Tử 8

Ghi Chú

Máu Trong Phân
(Đi Cầu)

Thế nào là máu trong phân?

Có máu trong phân khi trẻ em đi cầu.

Bowel Movement còn được gọi là phân.

Tôi thấy gì?

* Máu đỏ tươi trong phân.

* Nước trong bồn cầu màu đỏ.

* Máu dính trong giấy hoặc khăn ướt chùi hậu môn.

* Phân màu đen hay màu đỏ đậm.

* Trẻ em bị tiêu chảy.

* Trông trẻ em có vẻ bệnh.

Tôi có thể làm gì tại nhà?

* Nhìn những vết rách nhỏ ở hậu môn của trẻ em. Những vết rách này sẽ có nếu trẻ em bị táo bón (nếu phân khô và cứng).

* Coi chừng màu phân. Lấy một chút phân cho bác sĩ coi.

* Đừng cho trẻ em ăn thức ăn hoặc uống nước màu đỏ.

Máu Trong Phân (Đi Cầu)

Khi nào nên gọi bác sĩ hoặc y tá?

- Nếu phân màu đỏ hoặc đen.
- Nghi ngờ trẻ em có máu trong phân.

Tôi cần biết gì thêm về máu trong phân?

- Trong vòng 24 giờ sau khi dùng thức ăn hoặc thức uống màu đỏ, phân có thể bị đỏ. Đó không phải là máu.
- Phân có thể thành màu đen nếu trẻ em nuốt máu sau khi bị chảy máu cam. Các loại thức ăn màu đen như bánh ngọt hiệu Oreo cũng có thể làm phân màu đen.
- Phân có thể dính chút máu bên ngoài nếu có vết sưng hay vết rách ở hậu môn.
- Một vài loại thuốc, như thuốc bổ, có chứa chất sắt có thể làm phân bị đen.
- Phân bình thường có màu vàng, xanh, nâu lạt, hoặc nâu đậm.

Chứng Đau Bụng
Ở Trẻ Sơ Sinh

Thế nào là Chứng Đau Bụng Ở Trẻ Sơ Sinh?

Trẻ sơ sinh khóc rất lâu và không nín. Chứng đau bụng này rất thông thường. Cơn khóc có thể bắt đầu từ lúc trẻ sơ sinh được 2 tuần lễ. Chứng đau bụng thường hết khi trẻ em được 3-4 tháng, nhưng có thể kéo dài lâu hơn.

Tôi thấy gì?

- Trẻ em khóc không có lý do.
- Trẻ em sinh hoạt bình thường khi không khóc.
- "Cơn khóc" có thể đến nhiều lần một ngày. Cơn khóc có thể kéo dài vài phút hoặc từ 1-2 tiếng đồng hồ.
- Trẻ em co chân lên bụng hoặc dạng chân khi khóc.

Tôi có thể làm gì tại nhà?

- Nhẹ nhàng bế và đu đưa trẻ em.
- Nên đặt trẻ em trong xích đu của trẻ nhỏ.

92

- Lấy xe đẩy cho trẻ em đi dạo.
- Nên quấn trẻ em ấm áp trong mền.
- Cho trẻ em ngậm núm vú.

- Cho trẻ em ợ sau mỗi lần bú sữa.
- Tìm cách nào làm trẻ em dễ chịu nhất và tiếp tục phương cách đó.
- Tìm người chăm sóc trẻ em khi quí vị cần nghỉ ngơi.
- Đừng cho trẻ em uống thuốc trừ khi bác sĩ dặn.

Khi nào nên gọi bác sĩ hoặc y tá?

- Trẻ em khóc lâu hơn 3 tiếng đồng hồ.
- Trẻ em khóc lâu hơn thường lệ.
- Trẻ em có vẻ đau đớn khi khóc.
- Trẻ em tỏ ra bịnh khi không khóc.
- Trẻ em vẫn có cơn khóc sau khi đã được 4 tháng.
- Trẻ em bị sốt.
- Trẻ em không ăn.
- Quí vị lo âu.
- Quí vị thấy có điều gì không ổn.

Tôi cần biết gì thêm về chứng đau bụng ở trẻ sơ sinh?

- Đau bụng không phải là điều chứng tỏ rằng quí vị không phải là bậc cha mẹ tốt hoặc làm điều gì sai trái.

- Hãy nói chuyện với các cha mẹ khác để biết họ làm gì khi con khóc.

- Đừng la hoặc đánh trẻ em. Chỉ nên ôm và đu đưa trẻ em.

- Đừng bao giờ lắc trẻ em. Em bé có thể bị thương hoặc nguy hại tới tánh mạng vì bị lắc.

- Quí vị có thể cảm thấy mệt mỏi hoặc không vui vì không biết phải làm gì. Hãy để trẻ em vào một nơi an toàn và đi ra chỗ khác. Nhờ người khác giúp đỡ để quí vị có thể nghỉ ngơi.

Táo Bón

Thế nào là táo bón?
Phân cứng và khô làm trẻ em bị rất đau khi đi cầu.

Tôi thấy gì?
- Trẻ em đi cầu ít hơn trước.
- Trẻ em không đi cầu được dù đã cố đi nhiều lần.
- Phân rất cứng khi ra khỏi hậu môn.

Tôi có thể làm gì ở nhà?
- Cho trẻ em uống thật nhiều nước.
- Nếu vẫn không đi cầu được sau khi uống nhiều nước và trẻ em dưới 1 tuổi, cho uống 1-2 ounces nước mận (prune juice) pha với nước (một nửa nước và một nửa nước mận) hai lần một ngày.
- Nếu trẻ em trên 6 tháng, cho ăn những thức ăn dưới đây 2 lần một ngày.

  - Đậu hòa lan (peas)   - Đậu
  - Lê   - Mận
  - Mận khô   - Ngũ cốc

- Nếu trẻ em trên 1 tuổi, cho ăn những loại thức ăn như:

  - Đậu hòa lan (peas)
  - Mận khô
  - Nước táo
  - Bánh làm bằng cám (muffins)
  - Ngũ cốc cám

  - Đậu
  - Chà là
  - Bánh lạt
  - Bánh mì bằng bột lúa mạch (wheat bread)

- Giúp trẻ em hoạt động nhiều hơn. Cho trẻ em đi bộ, chạy, và chơi nhiều hơn.

- Tránh không cho ăn những loại thực phẩm sau đây cho đến khi trẻ em đi cầu bình thường.

  - Cà rem
  - Cơm
  - Cà rốt

  - Phó mát
  - Chuối

- Đừng cho trẻ em uống thuốc táo bón nếu bác sĩ không dặn.

Khi nào nên gọi bác sĩ hoặc y tá?

- Trẻ em bị đau bụng.
- Phân màu đen.
- Phân có máu.
- Chất lỏng màu nâu chảy trong quần trẻ em (đang tập bỏ tã) trước hoặc sau khi đi cầu.

- Trẻ em không đi cầu được vài ngày sau khi đã thử tất cả cách chữa ở nhà.

Tôi cần biết gì thêm về táo bón?

- Đừng cho thuốc gì vào hậu môn trẻ em trừ khi bác sĩ dặn.

- Trẻ em có thể bị đỏ mặt, rên rỉ, hoặc rặn khi đi cầu. Nếu phân mềm là bình thường.

- Trẻ sơ sinh không đi cầu trong 2-3 ngày. Đây có thể là điều bình thường. Trẻ sơ sinh không cần phải đi cầu mỗi ngày.

Tiêu Chảy

Thế nào là tiêu chảy?

Đi cầu ra nhiều nước hoặc phân rất mềm. Trẻ em có thể bị tiêu chảy khi bị cảm, cúm, hoặc bị những bệnh khác. Tiêu chảy đôi khi còn gọi là "Tào Tháo đuổi."

Tôi thấy gì?

- Đi cầu nhiều hơn trước.
- Phân có nhiều nước.
- Hậu môn của trẻ em đỏ và đau.
- Trẻ em bị sốt.
- Trẻ em bị đau bụng.

Tôi có thể làm gì tại nhà?

- Nếu đang cho trẻ em bú sữa mẹ, nên tiếp tục cho bú.
- Nếu trẻ em bú sữa hộp đi tiêu chảy nhiều hơn 4 lần một ngày, nên ngưng sữa hộp trong 24 tiếng đồng hồ.
- Cho trẻ em uống nước trong như Pedialyte hoặc Ricelyte.

- Trẻ em đã ăn thức ăn đặc, đương uống nước trong và kêu đói, có thể ăn một số lượng nhỏ những loại thức ăn dưới đây:

  - Chuối chín nghiền nát

  - Sốt táo xay (apple sauce)

  - Gạo ngũ cốc (rice cereal)

  - Bánh mì nướng

- Khi tiêu chảy ngưng, từ từ cho trẻ em ăn lại thức ăn bình thường. Sau cùng mới cho trẻ em bú sữa hộp.

- Tiêu chảy làm da bị rát. Thay tã cho trẻ em ngay sau mỗi lần đi cầu. Rửa hậu môn với xà bông nhẹ và nước. Thoa thuốc A&D hoặc thuốc thoa có chất zinc oxide để ngừa bị nổi mẩn đỏ vì tã.

- Đừng dùng giấy ướt (baby wipes) bán ở tiệm chùi hậu môn khi trẻ em bị tiêu chảy. Loại giấy này có thể làm da trẻ em bị rát.

- Giúp trẻ em lớn chùi hậu môn để không bị đau. Cho trẻ em tắm trong bồn tắm.

- Đừng cho trẻ em uống thuốc mua không cần toa bác sĩ nếu chưa hỏi bác sĩ.

Khi nào nên gọi bác sĩ hoặc y tá?

- Trẻ em có vẻ bệnh và có cử chỉ như bệnh.

- Trẻ em không uống bất cứ chất lỏng nào.

- Trẻ em không **đi tiểu** được trong 8 tiếng đồng hồ.

- Môi trẻ em trông khô và dính.

- Trẻ em bị sốt.
- Có máu trong phân.
- Trẻ em bị đau bụng.

Tôi cần làm gì để ngừa tiêu chảy?

- Vi trùng gây ra tiêu chảy. Nhớ luôn luôn rửa tay sau khi thay tã cho trẻ em.
- Rửa tay trẻ em thường xuyên. Dạy trẻ em rửa tay trước khi ăn.
- Rửa bình và đầu vú bằng xà bông và nước thật nóng. Xả nước thật kỹ.
- Vi trùng sinh sôi trong thức ăn để ở nhiệt độ bình thường. Cất các thức ăn dễ bị hư vào tủ lạnh.

Tôi cần biết gì thêm về tiêu chảy?

- Tiêu chảy có thể không tốt vì trẻ em bị mất nhiều nước trong cơ thể. Còn gọi là cơ thể mất nước.
- Trẻ sơ sinh đi cầu nhiều. Đây là việc bình thường.
- Trẻ sơ sinh bú sữa mẹ có thể đi cầu sau mỗi lần bú hoặc trong khi bú.
- Các em bú sữa bình có thể đi cầu từ 1-8 lần một ngày trong tuần lễ đầu tiên sau khi mới sinh. Sau đó các em có thể đi cầu từ 1-4 lần một ngày cho tới khi được 2 tháng.
- Các em trên 2 tháng có thể đi cầu từ 1-2 lần một ngày.

Dị Ứng Thức Ăn

Thế nào là dị ứng thức ăn?

Thức ăn làm trẻ em bị bịnh mỗi khi ăn.

Tôi thấy gì?

- Môi, lưỡi, hoặc miệng trẻ em có thể sưng lên.

- Trẻ em bị tiêu chảy hoặc ói mửa.

- Trẻ em bị nổi đỏ khắp người.

- Trẻ em bị khó thở.

- Trẻ em bị đau cổ họng hoặc chảy nước mũi (Sổ mũi.)

Tôi có thể làm gì tại nhà?

- Đừng cho trẻ em ăn thức ăn làm trẻ em dị ứng.

- Đọc kỹ nhãn để biết những chất chứa trong thức ăn. Nếu loại thức ăn có chất làm trẻ em bị bịnh, đừng cho trẻ em ăn loại đó.

- Nếu không biết trẻ em bị dị ứng với loại thức ăn nào, giữ một danh sách tất cả các thứ trẻ em ăn. Xem thử loại nào làm trẻ em bị dị ứng.

- Khi cho trẻ em ăn thức ăn mới, hãy cho mỗi loại một lần. Xem thử trẻ em có bị dị ứng sau khi dùng thức ăn đó không. Đợi 3 ngày trước khi cho trẻ em ăn loại khác.

- Nếu trẻ em ăn nhiều loại thức ăn và một loại làm trẻ em bị dị ứng, ngưng từng loại một để xem trẻ em ra sao.

Khi nào nên gọi bác sĩ hoặc y tá?

- Trẻ em không thở được, người bị tái xanh hoặc trắng nhợt, hoặc bị đau ngực sau khi ăn.

- Mặt, cổ, môi, hoặc miệng trẻ em bị sưng lên.

- Trẻ em bị bịnh với nhiều loại thức ăn.

- Nghi ngờ trẻ em bị dị ứng với sữa hộp.

Tôi cần biết gì thêm về dị ứng thức ăn?

- Khi trẻ em bị dị ứng với thức ăn, **mỗi lần** ăn loại thức ăn đó trẻ em sẽ bịnh nhiều hơn. Tìm hiểu loại thức ăn nào làm trẻ em dị ứng. Ngưng đừng cho trẻ em ăn loại đó nữa.

- Khi lên 2 hoặc 3 tuổi, nhiều trẻ em có thể ăn các thức ăn trước kia đã làm trẻ em dị ứng. Nhưng có nhiều trẻ em bị dị ứng với các loại thức ăn ấy suốt đời.

- Những loại thức ăn thông thường hay làm trẻ em bị dị ứng là:

  - Trứng
  - Sữa bò
  - Đậu nành
  - Đậu phọng/Bơ đậu phọng
  - Lúa mạch
  - Bắp
  - Sô cô la
  - Dâu
  - Nước chanh hoặc những loại trái cây như cam
  - Các loại hải sản có vỏ như tôm, cua

Dị Ứng Thức Ăn

- Trẻ em nhỏ dưới 1 tuổi không nên ăn hải sản, dâu, hoặc sô cô la.

- Hãy cho những người chăm sóc biết bệnh dị ứng với thức ăn của trẻ em. Cho họ biết những loại thức ăn nào trẻ em có thể ăn được. Đưa cho họ một danh sách thức ăn trẻ em không ăn được.

- Nhớ cho nhà giữ trẻ hoặc trường học biết về bệnh dị ứng với thức ăn của trẻ em.

- Trước khi gọi món ăn ở tiệm, hỏi về cách họ nấu thức ăn. Tìm biết xem trong món ăn có gì, chẳng hạn như trong nước sốt có trứng không.

- Trẻ em bị dị ứng nặng với thức ăn nên đeo vòng báo động y tế. Trẻ em phải luôn luôn đeo vòng này. Vòng sẽ cho biết về việc dị ứng với thức ăn của trẻ em. Hỏi bác sĩ hoặc y tá xem có cần xin vòng cho trẻ em không.

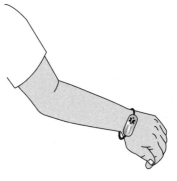

- Dạy trẻ em lớn hơn về những thức ăn không nên ăn.

Sa Ruột (Hernia)

Thế nào là sa ruột?

Vùng ở háng hoặc lỗ rốn bị lòi lên hoặc phồng lên.

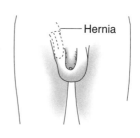

Tôi thấy gì?

- Một cục lồi ở háng hoặc lỗ rốn.
- Cục lồi nổi lên khi trẻ em khóc và có thể lặn mất khi trẻ em nín khóc.
- Vùng da bên trên cục lồi có thể có màu đỏ.

Tôi có thể làm gì tại nhà?

- Để ý xem có cục lồi ở háng hay rốn không và báo cho bác sĩ nếu nhìn thấy chúng.

Khi nào nên gọi bác sĩ hoặc y tá?

- Gọi bác sĩ ngay lập tức nếu trẻ em có một cục lồi và bị đau đớn, sốt, hoặc ói mửa.
- Cho bác sĩ biết về bất cứ cục lồi nào, ngay cả khi chúng đã lặn lúc trẻ em nín khóc.
- Vùng da bên trên cục lồi có màu đỏ hoặc xanh.

104

Sa Ruột (Hernia)

Tôi cần biết gì thêm về sa ruột?

- Trẻ em trai bị sa ruột nhiều hơn trẻ em gái.

- Một vài trường hợp sa ruột không đến nỗi nguy hiểm. Một vài trường hợp khác có thể rất nguy hiểm. Đưa trẻ em đến bác sĩ ngay lập tức nếu trẻ em bị đau đớn, sốt hoặc ói mửa.

- Sa ruột chung quanh lỗ rốn không hề hấn gì nếu nó nhỏ hơn đồng 25 xu. Cục đó sẽ biến mất sau khi trẻ em bắt đầu tập đi.

- Đừng mặc quần áo chật, hoặc quấn tã chật chung quanh cục lồi ở lỗ rốn làm da trẻ em đau.

Ọc Sữa, Thức Ăn

Thế nào là ọc sữa, thức ăn?
Ngay sau khi ăn trẻ em ọc sữa hoặc các chất lỏng khác từ bao tử ra đầy miệng từ 1-2 lần. Nhiều trẻ em bị ọc sữa, thức ăn sau khi ăn. Ợ cũng có thể làm ọc sữa.

Tôi thấy gì?
- Một chút thức ăn chảy ra khỏi miệng.
- Trẻ em muốn ăn sau khi ọc ra.

Tôi có thể làm gì tại nhà?

- Cho trẻ em bú mỗi lần một ít.
- Để cách 2 tiếng rưỡi đồng hồ giữa hai bữa ăn để thức ăn không còn ở trong bao tử.
- Cho trẻ em ợ sau mỗi khi bú nửa (½) ounce sữa mẹ hoặc sữa bình.
- Đừng nhấn bụng trẻ em sau khi cho bú.
- Giữ trẻ em yên lặng trong khi và sau khi cho bú. Để đầu trẻ em cao hơn bao tử. Cho trẻ em ngồi trong ghế của trẻ em sau khi cho bú.
- Đừng quấn tã quanh bụng trẻ em chặt quá.

Ọc Sữa, Thức Ăn

Khi nào nên gọi bác sĩ hoặc y tá?

- Trong chất ọc ra có máu.
- Trẻ em mắc nghẹn hoặc ho khi ọc ra.
- Ọc rất nhiều và không lên cân.
- Thức ăn ọc văng ra rất xa.
- Hay ọc sữa, thức ăn và ọc càng lúc càng mạnh hơn.

Tôi cần biết gì thêm về ọc sữa, thức ăn?

- Cho ăn một lần nhiều quá có thể làm ọc sữa, thức ăn.
- Để chân em lên ngực khi thay tã có thể làm ọc sữa, thức ăn.
- Ọc sữa, thức ăn không phải là ói mửa. Ọc sữa, thức ăn xảy ra ngay sau khi cho ăn. Đó là một số lượng nhỏ chất lỏng, và chảy ra như nước miếng.
- Trẻ em sẽ ngưng hoặc bớt ọc sữa, thức ăn khi được 10-12 tháng.
- Trẻ em bú sữa mẹ ít ọc sữa hơn trẻ em bú sữa bình.
- Ngâm các vết ố vì ọc sữa trong baking soda và nước. Sữa mẹ không làm ố quần áo.

Đau Bụng

Thế nào là đau bụng?

Trẻ em kêu đau trong bụng.

Tôi thấy gì?

- Trẻ em nằm xuống và ôm bụng
- Trẻ em co đùi lên bụng.
- Trẻ em khóc hoặc kêu la vì đau.
- Trẻ em ói mửa.
- Trẻ em bị tiêu chảy.

Tôi có thể làm gì tại nhà?

- **Đừng** cho trẻ em ăn uống gì cho tới khi hết cơn đau.
- Cho trẻ em nằm xuống. Tập cho trẻ em bớt căng thẳng bằng cách thở những hơi dài.
- Để một khăn mặt ấm hoặc miếng chườm nóng lên bụng trẻ em.
- **Đừng** cho trẻ em uống thuốc giảm đau.

Khi nào nên gọi bác sĩ hoặc y tá?

- Trẻ em dưới hai tuổi bị đau bụng.
- Trẻ em bị đau nhiều và không nín khóc.

- Trẻ em bước đi cúi người ra trước, ôm bụng.

- Trẻ em nằm xuống và không chịu đi.

- Trẻ em bị đau ở bụng dưới bên phải hơn 2 tiếng đồng hồ.

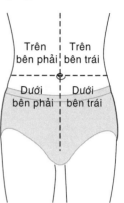

- Trong phân có máu.

- Trẻ em đau bụng và trở đi trở lại trong 12 tiếng đồng hồ. Cơn đau không phải vì ói mửa hay tiêu chảy.

- Trẻ em bị đau trong bụng.

- Bụng trẻ em cứng và đau khi sờ vào.

- Trẻ em bị sốt và đau nhiều.

- Trẻ em tiểu rất ít.

Tôi cần biết gì thêm về đau bụng?

- Cơn đau bụng thường hết dưới 2 tiếng đồng hồ.

- Đau bụng có thể do nhiều nguyên nhân. Những nguyên nhân này gồm:

  - Cúm
  - Táo bón
  - Thức ăn bị hư
  - Lo âu
  - Ăn quá nhiều

Ói Mửa

Thế nào là ói mửa?
Chất lỏng từ bao tử trào lên và phun ra ngoài.

Tôi thấy gì?
* Trong chất ói mửa có thể có chút ít thức ăn hoặc chỉ có chất nước từ bao tử.

* Trẻ em bị sốt.

* Trẻ em bị tiêu chảy.

* Trẻ em bị đau bụng.

Tôi có thể làm gì tại nhà?
* Để một chậu nhỏ bên cạnh và cột tóc trẻ em ra phía sau.

* Sau khi đã ói xong, giúp trẻ em đánh răng sạch sẽ để miệng không bị hôi.

* Đừng cho trẻ em ăn uống gì trong vòng 2 tiếng đồng hồ sau khi ói.

Đối với trẻ em 1 tuổi trở lên:
* 2 tiếng đồng hồ sau khi trẻ em ngưng ói, cho uống một chút nước trong như Pedialyte, Infalyte, Ricelyte, hoặc một dung dịch tương tự mang nhãn hiệu khác.

110

Cứ mỗi 3-5 phút lại cho trẻ em uống một muỗng canh. Với các em lớn hơn, cho uống 7-Up không có bọt (để nắp lon mở trong 2 tiếng đồng hồ), thạch lỏng (Jell-O), và cà rem cây. Nếu trẻ em không ói ra, mỗi giờ cho uống gấp đôi lượng lên.

- Nếu trẻ em không ói sau 4 tiếng đồng hồ, có thể tăng gấp đôi lượng dung dịch mỗi giờ.

- Bắt đầu cho ăn thức ăn mềm nếu trẻ em không ói sau 8 tiếng đồng hồ. Thức ăn mềm gồm bánh mì nướng, cơm, chuối, sốt táo (apple sauce), và khoai tây nghiền (mashed potatoes).

- Nếu trẻ em không ói sau một ngày ăn thức ăn mềm, cho ăn như bình thường. Tránh không cho trẻ em ăn thịt, sữa, và thức ăn nhiều chất mỡ trong vài ngày.

Đối với trẻ em dưới 1 tuổi:

- 2 tiếng đồng hồ sau khi trẻ em ngưng ói:

  - Nếu trẻ em bú sữa mẹ – đừng ngưng. Cho trẻ em bú thêm một chai nước đặc biệt của trẻ em gọi là Pedialyte, Infalyte, Ricelyte hoặc một dung dịch tương tự mang nhãn hiệu khác.

  - Nếu trẻ em bú bình, ngưng cho bú. Cho trẻ em bú loại nước đặc biệt của trẻ em gọi là Pedialyte, Infalyte, Ricelyte hoặc một dung dịch tương tự mang nhãn hiệu khác.

    Cho trẻ em ăn uống bình thường một ngày sau.

111

Ói Mửa

Khi nào nên gọi bác sĩ hoặc y tá?

- Trẻ em 3 tháng hoặc dưới 3 tháng bị ói mửa.

- Trẻ em không đi tiểu trong 6 tiếng đồng hồ.

- Trẻ em khóc không ra nước mắt.

- Có máu dính trong chất ói mửa.

- Trẻ em bị đau bụng nhiều.

- Trẻ em ói ngay sau khi bị đánh vào đầu hay vào bụng.

- Trẻ em ói ngay sau khi bị tai nạn.

- Trông trẻ em có vẻ rất bệnh.

- Trẻ em bị nhức đầu nhiều.

Tôi cần biết gì thêm về ói mửa?

- Trẻ em hay ọc ra chút ít trong khi hoặc sau khi ăn (xem trang 106). Đây không phải là ói mửa.

- Ói mửa có thể là một phần của một bệnh khác.

- Ói mửa có thể làm trẻ em mất rất nhiều nước.

- Đừng cho trẻ em ăn hoặc uống thức ăn hoặc thức uống có màu đỏ. Làm vậy, chất ói mửa sẽ trông giống như máu.

- Nếu trẻ em ói mạnh, chất ói mửa có thể ra bằng mũi.

Đái Dầm

9

113

Đái Dầm

Thế nào là đái dầm?

Ban ngày trẻ em khô ráo, nhưng ban đêm, trẻ em tiểu (đái) ngay trên giường khi đang ngủ. Nhiều trẻ em đái dầm ban đêm. Các em không thức dậy dù buồn tiểu.

Tôi thấy gì?

Giường bị ướt vào buổi sáng hay giữa đêm.

Tôi có thể làm gì tại nhà?

- Đừng cho trẻ em uống gì 2-3 giờ trước khi đi ngủ.

- Cho trẻ em đi tiểu ngay trước khi đi ngủ.

- Đưa trẻ em đi tiểu trước khi cha mẹ đi ngủ.

- Để đồng hồ báo thức 1-2 lần mỗi đêm để đưa trẻ em đi tiểu.

- Lót tấm nhựa dưới khăn trải giường để giữ nệm khỏi hư.

- Để đèn sáng trong phòng tắm.

- Đặt ghế đi cầu của trẻ em gần giường trẻ em ngủ.

- Đừng giận dữ hay chế nhạo trẻ em. Trẻ em không hề muốn đái dầm.

- Khen ngợi trẻ em mỗi đêm không đái dầm.

- Đừng cho mặc tã trừ khi trẻ em muốn.

Khi nào nên gọi bác sĩ hay y tá?

- Khi trẻ em sốt hay đau bụng.

- Trẻ em bắt đầu đái dầm ban ngày.

- Trẻ em bị đau hay rát khi tiểu tiện.

- Có máu trong nước tiểu.

- Trẻ em đòi uống nước nhiều hơn thường lệ.

- Trẻ em vẫn đái dầm khi đã 6 tuổi.

- Quí vị nên biết về đồng hồ báo thức ngăn đái dầm. Những đồng hồ này đánh thức trẻ em dậy ngay khi giường bắt đầu ướt.

- Trẻ em ngưng đái dầm được 6 tháng hay hơn và bây giờ lại bị lại.

Tôi cần biết gì thêm về đái dầm?

- Hầu hết trẻ em ngưng đái dầm khi lên 6 hay 7 tuổi.

- Đái dầm có thể kéo dài đến khi trẻ em vào tuổi vị thành niên và sau đó sẽ hết.

Da Trẻ Em

10

Ghi Chú

Thủy Đậu
(Chicken Pox)

Thế nào là thủy đậu?

Đó là bệnh có những nốt đỏ, mọng nước, đóng vẩy khắp thân thể. Những nốt đó làm ngứa ngáy. Thủy đậu lây từ người này sang người khác.

Tôi thấy gì?

- Trẻ em sốt
- Trẻ em mỏi mệt
- Đốm hoặc chỗ sưng đỏ trông như mọng nước
- Nhiều nốt đỏ mọc thêm hàng ngày trong 3-5 ngày liên tiếp

Tôi có thể làm gì tại nhà?

- Tắm trẻ em bằng nước lạnh. Đổ thêm một chén baking soda vào bồn tắm cho trẻ em bớt ngứa.
- Cho uống Tylenol để giảm sốt. Đọc kỹ chỉ dẫn trên nhãn để cho trẻ em uống đúng liều lượng. **Không bao giờ cho uống aspirin.**
- Cắt móng tay cho trẻ em.
- Cố giữ không cho trẻ em cào các nốt đỏ.

- Bôi thuốc calamine (calmine lotion) lên nốt đỏ để trẻ em bớt ngứa.

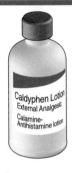

- Đeo vớ hoặc bao tay bằng vải bông vào tay trẻ em. Điều này tránh cho trẻ em khỏi cào da.

- Đừng để trẻ em lại gần người chưa bị bệnh thủy đậu.

- Giữ trẻ em trong nhà và tránh ánh mặt trời.

Khi nào nên gọi bác sĩ hay y tá?

- Trẻ em bị ngứa mãi không hết.

- Có nốt đỏ ở trong mắt hoặc bộ phận sinh dục.

- Trẻ em bị bất kỳ điều gì dưới đây:
  - sốt cao
  - ói mửa
  - cổ bị cứng
  - làm kinh giật (kinh phong)
  - nhức đầu
  - ho nhiều
  - hay quên

- Trẻ em bị đau khi tiểu tiện.

- Các nốt đỏ bị nhiễm trùng. Chúng có thể:
  - chảy mủ
  - đỏ ửng
  - sưng tấy lên
  - rất đau

- Trẻ em không uống nước. Đi tiểu ít hơn bình thường.

- Trẻ em lên cơn sốt mới **sau khi** nhiễm bệnh 2-3 ngày.

Tôi cần biết gì thêm về thủy đậu?

- Có một loại thuốc chính ngừa được thủy đậu. Trẻ em 1 tuổi trở lên có thể được chích ngừa. Hỏi bác sĩ về loại thuốc chích này.

- Khi ở gần một người bị thủy đậu, 10-21 ngày sau trẻ em sẽ bị nhiễm thủy đậu.

- Hầu hết các nốt đỏ sẽ lành không để lại dấu vết. Gãi có thể gây ra các vết sẹo.

- Trẻ em có thể lây thủy đậu sang người khác trong vòng 7 ngày. Điều này có thể xẩy ra ngay cả khi nốt đỏ chưa nổi lên.

- Khi trẻ em bị thủy đậu, trước tiên nốt đỏ sẽ hiện ra, gọi là lên đậu. Sau đó đậu mọng nước, rồi đóng vẩy.

- Khi nốt đậu đã đóng vẩy, trẻ em không lây thủy đậu sang ai khác. Đó là lúc trẻ em có thể đi học lại.

Nổi Mẩn Đỏ Vì Tã Lót

Thế nào là nổi mẩn đỏ vì tã lót?

Những chấm đỏ nổi lên ở mông và đùi trẻ em (chỗ quấn tã.) Thường các em bé đều bị nổi mẩn đỏ vì tã. Tã ướt gây ra hầu hết các mẩn đỏ.

Tôi thấy gì?

* Da nổi đỏ lên dưới lớp tã.

* Những nốt đỏ có thể lan ra đùi, bụng và lưng.

Tôi có thể làm gì tại nhà?

* Thay tã ướt càng sớm càng tốt.

* Mỗi giờ đều để ý xem tã, ngay cả ban đêm. Nếu tã ướt nhớ thay ngay.

* Rửa mông trẻ em mỗi khi thay tã. Dùng nước ấm.

* Cho trẻ em không quấn tã càng lâu càng tốt. Bỏ tã ra ít nhất 15 phút mỗi lần thay tã.

* Lau khô mông trẻ em, rắc Desitin hoặc bôi thuốc mỡ zinc oxide (Zinc Oxide Ointment).

* Đừng dùng quần bằng vải nhựa. Loại vải này làm da trẻ bị ướt.

121

- Đừng dùng giấy ướt (baby wipes) để chùi. Loại giấy này có thể gây ra mẩn đỏ và làm da trẻ bị trầy.
- Dùng loại xà bông dưới đây để giặt quần áo trẻ em:
  - Ivory Snow
  - Fab (cho loại da nhậy cảm)
  - Baby Soft
  - Dreft

Khi nào nên gọi bác sĩ hay y tá?

- Mẩn đỏ không bớt sau 3 ngày.
- Các nốt đỏ lan ra ngoài chỗ mặc tã.
- Các nốt đỏ:
  - lớn hơn
  - đỏ nhiều hơn
  - mọng nước
  - trở thành lở loét
  - bị nhiễm trùng
- Trẻ em bị đau.

Tôi cần biết gì thêm về nổi mẩn đỏ vì tã lót?

- Nếu trẻ em nổi mẩn đỏ vì tã, thử dùng loại tã khác.
- Phấn bột bôi có thể làm các vết mẩn nổi nhiều hơn. Không nên dùng phấn bột.
- Tiểu tiện làm da bị rát hơn và khiến vết mẩn nổi nhiều hơn. Giữ trẻ em khô ráo và lau rửa luôn luôn.

Chàm

Thế nào là chàm?

Là bệnh da khô và ngứa.
Di truyền trong gia đình.
Trẻ em sơ sinh và trẻ em
thường bị nặng hơn. Khi trẻ
em lớn lên chàm sẽ bớt đi.

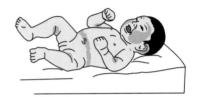

Tôi thấy gì?

- Da khô và đỏ ở má, phía sau tai, chỗ gấp khuỷu tay, phía sau đầu gối.

- Da sần sùi khi sờ lên.

- Da rỉ nước và đóng vảy.

Tôi có thể làm gì tại nhà?

- Đừng làm những điều khiến da khô như tắm nước nóng quá lâu.

- Tắm trẻ em thật nhanh bằng nước lạnh. Tắm khoảng 5 phút hay ít hơn. Xà bông làm khô da. Dùng một chút loại xà bông dịu như Dove.

- Vỗ nhẹ cho da khô sau khi tắm. Đừng chà sát da bằng khăn.

- Bôi dầu hay kem thoa khi da còn hơi ướt. Bôi 3-4 lần một ngày.

123

- Dùng xà bông nhẹ giặt quần áo.

- Đừng sờ mó hay đến gần những vật làm cơn ngứa tăng lên. Cho trẻ em mặc quần áo vải bông mềm. Đừng cho trẻ em mặc loại len hay quần áo bằng thung bó sát người.

- Cố giữ đừng cho trẻ em gãi. Cắt ngắn móng tay trẻ em và rửa tay sạch sẽ.

- Nếu bác sĩ cho kem thoa, dùng đúng như bác sĩ dặn. Cứ tiếp tục thoa loại dầu của trẻ em (baby oil).

Khi nào nên gọi bác sĩ và y tá?

- Chỗ nổi mẩn đỏ có dấu hiệu bị nhiễm trùng. Những dấu hiệu này gồm chảy mủ và sờ thấy nóng bừng.

- Trẻ em bị sốt.

- Trẻ em không ngủ được vì ngứa.

- Trẻ em trông có vẻ hay tỏ ra ốm đau.

Tôi cần biết gì thêm về chàm?

- Trẻ em có thể bị những bệnh khác như suyễn đi kèm với chàm.

- Loại kem thoa do bác sĩ cho có thể làm trẻ em đau khi bôi lần đầu tiên.

- Không nên dùng những loại kem thoa làm chỗ mẩn nổi nhiều hơn.

- Chàm là loại bệnh trường kỳ. Bệnh có thể giảm một thời gian rồi bị lại.

- Khí hậu lạnh và khô làm chàm nặng thêm.

Chí

Thế nào là chí?
Chí là những con bọ nhỏ li ti sống trên đầu.
Chúng cũng có thể bò vào bất cứ thứ gì trong nhà.

Tôi thấy gì?
- Ngứa đầu.
- Những con bọ nhỏ mầu xám chạy rất nhanh.
- Có thể thấy nhiều bọ ở trên gáy, đằng sau gáy và bên màng tang.
- Trứng chí kết bám chặt ở chân tóc. Trứng trông như những đốm nhỏ, màu bạc.

Tôi có thể làm gì tại nhà?
- Gội tóc bằng thuốc gội đầu, hoặc nước rửa đặc chế để trừ chí. Có thể mua loại này tại tiệm thuốc tây. Có nhiều loại dùng được như:
  - Thuốc gội đầu NIX
  - Thuốc gội đầu RID
- Hỏi bác sĩ nên dùng loại nào. Hỏi bác sĩ xem dùng thuốc gội đầu cho trẻ em dưới 1 tuổi có được không.

- Những loại thuốc gội đầu này đều rất độc. Đọc nhãn hiệu. Dùng cẩn thận. Hãy để thuốc ngoài tầm tay với của trẻ em.

- Dùng thuốc gội đầu này cho cả gia đình

- Dùng lược có răng nhỏ (lược chải chí) để chải chí ra khỏi tóc

- Cần có đủ ánh sáng để nhìn được trứng chí. Gỡ những đốm trứng khỏi chân tóc khi tóc còn ướt. Tất cả những đốm trứng phải được gỡ ra khỏi tóc.

- Rửa sạch lược, bàn chải, dây cột tóc, bằng cùng thứ thuốc đã dùng gội đầu và nước nóng.

- Giặt khăn trải giường, áo khoác, thú nhồi bông, và những vật dụng nào đã đụng tới tóc trẻ em. Dùng nước nóng.

- Cần hút bụi nệm giường, bàn ghế, và thảm. Làm như vậy để chí không trở lại được.

- Đừng quên lau sạch phía trong xe.

Khi nào nên gọi bác sĩ hoặc y tá?

- Điều trị ở nhà không trừ hết được chí.

- Bị đi bị lại.

Chí

Tôi cần biết gì thêm về chí?

- Dù sạch sẽ và được chăm sóc kỹ lưỡng, trẻ em vẫn có thể có chí.

- Báo cho nhà trường nếu trẻ em có chí để trường kiểm soát các em cùng lớp.

- Chí có thể sống được 72 giờ sau khi rời khỏi đầu. Cần lau sạch nhà cửa kỹ càng và giữ cho các em tránh xa chí.

- Thuốc gội trừ chí có thể không diệt hết được trứng chí. Cần phải tuốt trứng ra khỏi tóc.

- Xem xét đầu tóc của mọi người trong nhà mỗi ngày trong 7 ngày liền. Gội bằng thuốc gội đầu đặc biệt nếu cần.

- Trẻ em có thể đi học lại sau khi đã gội đầu bằng thuốc đặc biệt. Tất cả mọi đốm trứng đều phải được gỡ khỏi tóc.

- Không cần dùng thuốc xịt bọ trên bàn ghế hoặc trong nhà.

- Dạy trẻ em đừng nên dùng chung các vật dụng trên đầu với người khác, như nón, lược và dây cột tóc.

Rôm (Sảy)

Thế nào là rôm (sảy)?

Là những vết phồng nhỏ nổi trên cổ, lưng, ngực và vai. Rôm có thể có ở bất cứ nơi nào trên cơ thể.

Tôi thấy gì?

- Các vết đỏ hoặc hồng nhỏ li ti nổi trên cổ, lưng hay hai vai.

Tôi có thể làm gì tại nhà?

- Mặc quần áo mỏng cho trẻ em.
- Đừng thoa kem hay dầu trên da.
- Cho trẻ em tắm nước lạnh không dùng xà bông.
- Để cho da trẻ em tự khô trong không khí.

Khi nào nên gọi bác sĩ hoặc y tá?

- Khi rôm (sảy) mọc nhiều hơn.
- Các đốm đỏ lớn hơn và mọng nước.
- Rôm (sảy) không bớt trong vòng 3 ngày.
- Trẻ em bị sốt.

Rôm (Sảy)

Tôi cần biết gì thêm về rôm (sảy)?

- Rôm cũng được gọi là sảy cắn.

- Rôm mọc ra phần nhiều khi trời nóng.

- Trẻ em có thể bị rôm khi trời lạnh nếu mặc quần áo ấm quá. Các em cũng có thể bị rôm nếu thoa kem và dầu lên da.

Mề Đay

Thế nào là mề đay?

Đây là một biểu lộ dị ứng đối với thực phẩm, bị bọ cắn, hoặc những thứ khác, gây các đốm đỏ hoặc hồng trên da. Các đốm này có thể ở một phần nhỏ trên da hoặc trên khắp cơ thể.

Tôi thấy gì?

- Các đốm đỏ hay hồng, phồng lên nhiều cỡ và nhiều hình thù như vết lằn.

- Trẻ em rất ngứa ngáy

- Các đốm này nổi lên rồi biến mất

Tôi có thể làm gì tại nhà?

- Cho trẻ em tắm nước mát.

- Thoa kem calamine trên các vết mề đay để trừ ngứa.

- Tránh xa những thứ làm trẻ em nổi mề đay. Cố nhớ xem trẻ em đã làm gì hoặc ăn món gì mới.

Khi nào nên gọi bác sĩ hoặc y tá?

- Trẻ em khó thở hoặc khó nuốt.

- Lưỡi phồng to hơn.

130

- Trẻ em bị đau bụng, sốt, hoặc đau khớp xương.
- Mề đay không lặn trong 1-2 ngày.

Tôi cần biết gì thêm về mề đay?

- Những thực phẩm thông thường có thể gây ra mề đay là:

  - Trứng
  - Trái dâu
  - Các loại hạt

  - Sữa
  - Sô cô la
  - Phó mát

  - Lúa mì
  - Hải sản

- Thuốc men, vết bọ cắn, hoặc hoa cũng có thể gây ra mề đay.
- Quí vị có thể không bao giờ biết được tại sao trẻ em nổi mề đay.

Chốc Lở
(Nhiễm Trùng Ngoài Da)

Thế nào là chốc lở?
Nhiễm trùng trên da, dễ lan truyền.

Tôi thấy gì?

- Vết lở đỏ trên khắp cơ thể.
- Vết lở bắt đầu chảy nước hoặc mủ. Vết lở đổi thành màu vàng và đóng vảy.
- Vết lở lan từ chỗ này sang chỗ khác trên cơ thể.

Tôi có thể làm gì tại nhà?

- Ngâm vết lở vào nước ấm chừng 15 tới 20 phút, để vảy bong ra.
- Dùng xà bông thuốc, như Betadine mua không cần toa bác sĩ tại tiệm thuốc tây. Đừng chà xát trên chỗ lở.
- Cắt móng tay trẻ em. Giữ móng tay trẻ em sạch sẽ.
- Đắp băng sạch lên vết lở nếu thấy nước hay mủ rỉ ra.

Khi nào nên gọi bác sĩ hoặc y tá?

- Quí vị nghĩ rằng con mình bị chốc lở.
- Các vết lở lớn dần.
- Vết lở lan sang chỗ khác trong cơ thể.

132

- Trẻ em trông như muốn bịnh, hay tỏ ra ốm đau.
- Trẻ em bị đau hay sưng các khớp xương như ở đầu gối, hoặc cùi chỏ.

Tôi cần biết gì thêm về chốc lở?

- Chốc lở có thể lây dễ dàng từ một em sang trẻ em khác.
- Trẻ em có thể đi học lại sau khi đã bắt đầu được điều trị và các vết lở được băng bó.
- Rửa sạch tất cả những thứ trẻ em có bệnh đã dùng để bệnh không lan rộng.
- Giữ tay trẻ em sạch sẽ. Cắt móng tay ngắn.
- Đừng để quần áo và khăn tắm của trẻ em chung với người khác.

Dị Ứng Với Lá Cây Poison Ivy
(Lá Thường Xuân, Lá Xồi)

Thế nào là dị ứng với lá cây Poison Ivy?

- Một vết mẩn đỏ nổi lên sau khi sờ vào một lá poison ivy hay lá xồi. Bệnh dị ứng cũng có thể do sờ vào một vật đã chạm vào các cây này.

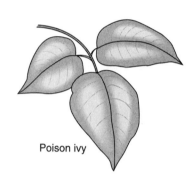

Poison ivy

Tôi thấy gì?

- Những chỗ sưng phồng màu đỏ.
- Nổi mẩn ngứa.
- Chỗ mẩn hiện ra khoảng 12 tới 48 giờ sau khi trẻ em chạm vào lá này.

Tôi có thể làm gì tại nhà?

- Rửa da với xà bông và nước lạnh.
- Dùng khăn lạnh phủ trên các vết ngứa.
- Cắt móng tay trẻ em. Giữ bàn tay sạch sẽ.
- Bôi kem calamine để trị ngứa.
- Giặt quần áo, giầy dép đã chạm vào lá cây poison ivy hoặc lá xồi.

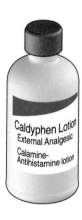

134

Khi nào nên gọi bác sĩ hoặc y tá?

- Vết mẩn không biến đi sau khi đã điều trị ở nhà.

Tôi cần biết gì thêm về dị ứng với lá cây Poison Ivy hoặc xồi?

- Chỉ cho trẻ em thấy cây đó như thế nào. Dạy trẻ em đừng sờ vào.
- Vết mẩn có thể kéo dài từ 2-3 tuần.

Ghẻ

Thế nào là ghẻ?

Da nổi mẩn ngứa do các con bọ nhỏ li ti gây nên.

Tôi thấy gì?

- Những vết hồng nhỏ li ti nổi lên, lan ra thành từng hàng trên cơ thể.

- Ngứa nhiều, nhất là về đêm.

- Vết mẩn thường thấy trên ngón tay, cổ tay, nách, vòng bụng, và chỗ kín. Ghẻ có thể ở bất cứ nơi nào trên cơ thể.

- Các em bé có thể nổi mẩn nơi gót chân hoặc gan bàn tay.

- Không thể nhìn thấy con ghẻ vì chúng quá nhỏ.

Tôi có thể làm gì tại nhà?

- Bôi thuốc trị ghẻ bác sĩ cho mua trên khắp thân thể.

- Bác sĩ có thể cho cả gia đình cùng dùng thuốc trị ghẻ.

- Giặt tất cả quần áo, khăn trải giường, và khăn tắm bằng nước nóng.

Khi nào nên gọi bác sĩ hoặc y tá?

- Quí vị nghĩ rằng trẻ em đã bị ghẻ. Quí vị cần toa để mua thuốc trị ghẻ.

Ghẻ

Tôi cần biết gì thêm về ghẻ?

- Chỗ nổi mẩn ngứa có thể kéo dài khoảng 1-2 tuần sau khi đã dùng thuốc.

- Các con ghẻ nhỏ li ti lây từ người này sang người khác qua sự tiếp xúc. Chúng cũng có thể di chuyển từ phần này sang phần khác trên thân thể.

- Không thể nhìn thấy con ghẻ bằng mắt thường.

- Ai cũng có thể bị ghẻ. Ghẻ không phải do ở dơ hoặc không tắm.

Phỏng Nắng

Thế nào là phỏng nắng?
Da bị phỏng vì ánh nắng mặt trời.

Tôi thấy gì?
- Da đỏ hoặc hồng lên với độ cháy nắng cấp 1.
- Da bị phồng nước khi cháy nắng cấp 2.
- Da có thể bị sưng phồng và đau.

Tôi có thể làm gì tại nhà?
- Cho trẻ em tắm nước lạnh.
- Để một khăn mặt hoặc một khăn tắm ướt, lạnh lên chỗ phỏng nắng.
- Cho trẻ em uống thuốc Tylenol để trị đau. Đọc nhãn thuốc để biết nên cho uống bao nhiêu.
- Kem thoa Aloe Vera giúp giảm đau.
- Đừng dùng bơ, thuốc mỡ, hay bất cứ loại kem ngoài da nào như benzocaine trên vết phỏng.
- Cho trẻ em uống nhiều nước và chất lỏng hơn.
- Đừng dùng xà bông trên da trong vài ngày.
- Cho trẻ em mặc quần áo mát, mềm.
- Đừng làm bể các vết phồng nước. Các vết phồng nước có thể nhiễm trùng nếu bể ra. Nếu chỗ phồng

nước bị bể, rửa bằng nước và xà bông dịu. Để chúng tự khô ngoài không khí.

Khi nào nên gọi bác sĩ hoặc y tá?

- Trẻ em bị sốt.
- Ánh sáng làm mắt trẻ em khó chịu.
- Trẻ em rất đau đớn.
- Có nhiều vết phồng nước trên da.

Tôi có thể làm gì để ngừa phỏng nắng?

- Cho trẻ nhỏ dưới 6 tháng ở trong chỗ mát. Cho trẻ em đội nón, mặc áo dài tay và quần dài.
- Đừng dùng kem chống nắng cho trẻ nhỏ dưới 6 tháng.
- Đừng bao giờ để trẻ em ngồi ngay dưới nắng.
- Với trẻ em 6 tháng trở lên, dùng kem chống nắng có độ cản nắng SPF 25 hoặc cao hơn. Thoa kem vào cả những ngày không có nắng. Thoa kem chống nắng ít nhất 30 phút trước khi đi ra ngoài. Đọc nhãn dán và làm theo lời chỉ dẫn.

- Nhớ thoa kem chống nắng trên tai và đằng sau tai trẻ em. Đừng quên thoa phía trên bàn chân trẻ em.
- Thoa thêm kem chống nắng sau khi bơi lội hoặc ra mồ hôi.
- Đừng thoa kem chống nắng gần môi, miệng, hoặc trên bàn tay. Điều này ngăn trẻ em ăn phải kem chống nắng. Rửa sạch kem chống nắng nếu kem dính vào tay hoặc gần miệng trẻ em.

- Trẻ em có thể bị phỏng nắng ở mắt. Nên cho trẻ em đeo kính mát và đội nón rộng vành. Kính mát phải có độ chống tia cực tím (UV) 100%.

Tôi cần biết gì thêm về phỏng nắng?

- Phỏng nắng không tốt cho da vì có thể gây ung thư.

- Trẻ em có thể bị phỏng nắng nặng trong vòng 15 phút. Nhớ luôn luôn cho trẻ em dùng kem chống nắng mỗi khi ra ngoài.

- Trẻ em có thể bị phỏng nắng khi ngồi trong xe hơi. Dùng tấm che cửa sổ để ngăn ánh nắng chiếu vào trẻ em.

- Trẻ em có thể bị phỏng nắng ngay cả khi trời nhiều mây. Mây không bảo vệ trẻ em khỏi phỏng nắng. Cho trẻ em thoa kem chống nắng và đội nón mỗi khi đi ra ngoài.

- Trẻ em có thể bị phỏng nắng vì mặc quần áo mỏng hoặc ngắn tay. Thoa kem chống nắng dưới lớp áo thung và quần của trẻ em.

- Trẻ em có thể bị phỏng nắng do quần áo ướt.

- Nước làm cho ánh nắng gắt hơn. Trẻ em có thể bị phỏng nắng nặng trong khi chơi dưới nước. Thoa kem chống nắng cho trẻ em thường xuyên. Đừng để trẻ em chơi đùa trong nước dưới ánh nắng.

- Dạy trẻ em luôn luôn thoa kem chống nắng mỗi khi ra ngoài.

Khi Trẻ Em Bị Thương

11

Ghi Chú

_____

_____

_____

_____

_____

_____

_____

_____

_____

_____

_____

_____

_____

Súc Vật Hoặc Người Cắn

Thế nào là súc vật hoặc người cắn?

Vết cắn do người hoặc súc vật như chó mèo, chuột, hoặc các loại thú khác.

Tôi thấy gì?

* Các dấu răng in trên da.

* Da bị rách. Có thể bị chảy máu ít nhiều.

* Chỗ bị cắn có thể ấm và ửng đỏ. Mủ có thể chảy ra từ chỗ bị cắn.

Tôi có thể làm gì tại nhà?

* Nếu bị chảy máu, dùng khăn sạch ép chặt xuống.

* Rửa da bằng xà bông và nước ấm.

* Dùng Band-Aid hoặc băng lớn băng chỗ da bị rách.

* Xem con vật cắn trẻ em đã được chích ngừa bệnh dại chưa.

Khi nào nên gọi bác sĩ hoặc y tá?

* Vết cắn làm rách da.

* Bị thú hoang cắn.

* Vết cắn do thú vật nuôi trong nhà chưa được chích ngừa.

142

- Con vật có thái độ kỳ lạ.

- Con vật xùi bọt mép.

- Trẻ em có dấu hiệu bị nhiễm trùng như sốt, ửng đỏ, đau đớn, sưng phù.

Tôi cần biết gì thêm khi bị cắn?

- Tất cả súc vật nuôi trong nhà đều phải được chích ngừa bệnh dại.

- Dạy trẻ em đừng sờ vào súc vật lạ.

- Dạy trẻ em tránh xa súc vật đang ăn.

Chảy Máu Da

Thế nào là Chảy máu da?
Máu chảy từ da ra ngoài.

Tôi thấy gì?
- Máu đỏ tươi chảy ra từ một chỗ đứt ở da.
- Trẻ em trông có vẻ yếu.
- Trẻ em không biết mình đang ở đâu.
- Trẻ em ngủ li bì (ngất xỉu, hoặc không biết gì hết)

Tôi có thể làm gì tại nhà?
- Cho trẻ em nằm xuống.
- Để chỗ đang chảy máu lên cao hơn vị trí của tim.

- Đắp chăn cho ấm.
- Lấy bất cứ vật gì nằm trong vết thương ra, nếu dễ lấy. Đừng cố lấy những vật nằm sâu bên trong hoặc khó lấy ra.
- Đừng cố kéo hoặc cố cắt đứt bất cứ thứ gì để lấy vật ra.

- Để một khăn sạch lên trên chỗ đang chảy máu. Ấn mạnh xuống.

- Nếu khăn bị sũng máu, để một khăn khác lên trên. Đừng lấy khăn thứ nhất ra khỏi chỗ chảy máu. Vẫn tiếp tục ấn vào nhưng đừng làm mạnh quá đến độ gây đau đớn.

- Nếu xương hoặc vật gì lòi ra khỏi vết đứt, ấn chung quanh vết đứt. Đừng nhấn ngay trên vết đứt.

- Nếu máu không ngừng chảy, ấn chặt các mạch máu chính. Các mạch máu chính nằm giữa trái tim và chỗ chảy máu.

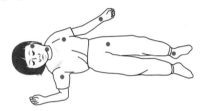

Khi nào nên gọi bác sĩ hoặc y tá?

- **Gọi 911** nếu máu trào ra không thể nào ngăn lại được.

- Xương hoặc một vật gì đó lòi ra khỏi vết đứt.

- Không thể làm máu ngưng chảy dù đã ấn chặt chỗ bị thương.

Tôi cần biết gì thêm về chảy máu?

- Trẻ em có thể mất quá nhiều máu vì bị chảy máu. Tình trạng này gọi là bị choáng (shock). **Gọi 911 nếu trẻ em có dấu hiệu bị choáng.**

- **Dấu hiệu bị choáng là:**
  - Con ngươi nở lớn (chấm đen giữa tròng con mắt)

145

- Da sờ thấy mát lạnh và ướt
- Nhịp tim đập nhanh và yếu
- Thở nhanh
- Trẻ em thấy buồn ói
- Trẻ em ói mửa
- Trẻ em muốn uống nước
  (Đừng cho trẻ em uống bất cứ thứ gì)
- Trẻ em không biết mình đang ở đâu (bị lẫn lộn)
- Trẻ em bị yếu
- Trẻ em ngủ li bì, đánh thức không dậy

Gãy Xương

Thế nào là gãy xương?
Vết nứt hay gãy trong xương do té, ngã hoặc tai nạn.

Tôi thấy gì?

- Trẻ em rất đau đớn.
- Vùng chung quanh xương sưng lên.
- Trẻ em không chịu cử động tay chân.
- Xương bên dưới da có vẻ như bị cong.
- Nhìn thấy xương nếu da bị rách.
- Nghe tiếng xương gãy lúc trẻ em ngã.

Tôi có thể làm gì tại nhà?

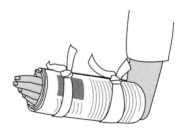

- Bó nẹp lên cánh tay hoặc cẳng chân gãy. Nẹp là bất cứ thứ gì có thể buộc vào một phần thân thể để giữ cho phần đó không di động. Tờ báo, tạp chí cuộn tròn lại, hoặc một cái gậy đều có thể dùng làm nẹp.
- Đừng bao giờ buộc nẹp vào người chặt quá khiến máu không thể chuyển đến chỗ bị gãy được.
- Nếu nghi xương chân của trẻ em bị gãy, đừng để em đi bằng chân đó.

147

- Chườm nước đá trên chỗ bị gãy để làm dịu đau và bớt sưng.

- Đừng cho trẻ em ăn hoặc uống gì cho đến khi gặp được bác sĩ.

- **Đừng chần chờ không đưa trẻ em đến bác sĩ hoặc bệnh viện.** Xương gãy phải được khám ngay.

Khi nào nên gọi bác sĩ hoặc y tá?

- Khi nghĩ rằng trẻ em bị gãy xương.

Tôi có thể làm gì để phòng ngừa gãy xương?

- Đừng bao giờ để trẻ em một mình trên cao dù chỉ trong vài giây đồng hồ, kể cả trên ghế dài, bàn thay tã hoặc xe đẩy trong tiệm bán hàng. Trẻ em có thể bị thương nặng vì té.

- Luôn luôn kéo thành nôi trẻ em cao tới ngang cằm em.

- Nếu không có người trông chừng đừng cho trẻ em dùng xe tập đi một mình. Trẻ em có thể lộn nhào hoặc chạy nhào qua cửa chặn.

- Gắn khóa an toàn chặn cửa sổ. Trẻ em có thể mở cửa sổ và té ra ngoài.

- Lắp cửa chắn ở cầu thang.

Gãy Xương

Tôi cần biết gì về trật khớp xương?

- Bác sĩ có thể cho quí vị biết trẻ em bị trật khớp xương chứ không phải gãy xương. Tình trạng này không trầm trọng như gãy xương. Trật khớp xương làm cho trẻ em rất đau đớn.

- Chườm nước đá trên chỗ bị trật khớp trong suốt 24 tiếng đồng hồ đầu tiên. Bọc nước đá vào khăn và để lên chỗ bị trật. Chườm đá trong 30 phút, 4 tiếng một lần khi trẻ em thức.

- Để khớp xương trên một cái gối cao hơn thân thể. Đừng cho trẻ em cử động chỗ khớp đó.

- Cho trẻ em uống Tylenol để giảm đau. Đọc nhãn thuốc để biết cho uống bao nhiêu thuốc.

- Bác sĩ có thể khuyên quí vị dùng máy chườm nóng (heating pad), hoặc một khăn ướt ấm để lên chỗ trật khớp sau 24 tiếng đầu tiên.

- Gọi bác sĩ hoặc y tá nếu chỗ trật khớp không đỡ hơn sau 3 hoặc 4 ngày.

Vết Bầm

Vết bầm là gì?

Là những vết đậm trên da, do chảy máu dưới da.
Vết bầm hiện ra khi trẻ em té hoặc bị thương.
Phải mất khoảng 2 tuần lễ vết bầm mới mờ đi.

Tôi thấy gì?

- Da có vết đen, nâu, xanh da trời, tím, xanh lá cây, hay vàng.

- Lúc đầu da có thể ửng đỏ. Rồi vết đỏ to ra (sưng lên).

Tôi có thể làm gì tại nhà?

- Đa số các vết bầm không cần phải chữa trị.

- Có thể chườm nước đá trên các vết bầm lớn. Bọc nước đá bằng khăn. Chườm trên đó 4 tiếng một lần, mỗi lần 30 phút, khi trẻ em thức. Chườm như vậy trong 24 tiếng đầu tiên.

- Sau 24 tới 48 tiếng, hơi nóng có thể làm bớt đau. Dùng máy chườm nóng (heating pad) vặn nhỏ hoặc khăn ướt còn ấm.

Khi nào nên gọi bác sĩ hoặc y tá?

- Trẻ em có những vết bầm không phải do té ngã hoặc bị thương.

- Nghi là gãy xương.

- Trẻ em có nhiều vết bầm trên người.

Bọ Cắn

Thế nào là bọ cắn?

Chỗ bị cắn đau, hoặc ngứa vì bọ cắn. Bọ có thể là ong, rệp, bọ chét, kiến, ruồi, muỗi, nhện, hay những loại côn trùng khác.

Tôi thấy gì?

- Chỗ bị cắn sưng lớn lên.
- Chỗ bị cắn đỏ lên.
- Toàn thân trẻ em có thể đỏ, và sưng lên.
- Trẻ em cảm thấy khó thở.

Tôi có thể làm gì tại nhà?

- Ngòi châm của con bọ có thể còn trong da. Lấy ngòi đó ra bằng cách dùng móng tay thoa nhè nhẹ.
- Chườm chỗ bị cắn bằng nước đá gói trong khăn.
- Hòa baking soda với nước thành một chất lỏng sền sệt. Đắp lên trên vết cắn nếu trẻ em bị đau.
- Dùng kem Calamine xức trên chỗ bị cắn, cho bớt ngứa.
- Cắt ngắn móng tay trẻ em. Móng tay ngắn sẽ không gây đau đớn hoặc thương tích khi em gãi.

Bọ Cắn

Khi nào nên gọi bác sĩ hoặc y tá?

- **Gọi 911** nếu trẻ em khó thở hoặc mặt bị sưng lên. Đây là tình trạng khẩn cấp.

- Trẻ em bị nổi mẩn khắp thân thể.
  Trẻ em bị ngứa và sưng sau khi bị cắn.
  Tình trạng này gọi là dị ứng.

- Có dấu hiệu nhiễm trùng như nổi đỏ, sưng, mủ vàng rỉ từ vết cắn, hoặc bị sốt.

- Trẻ em rất đau đớn. Trông có vẻ bệnh, hoặc có tỏ ra ốm đau.

- Trẻ em nhỏ dưới 3 tháng và bị bọ cắn.

Tôi cần biết gì thêm về bọ cắn?

- Cho trẻ em mặc áo tay dài và quần dài để ngăn bọ cắn.

- Đừng bôi nước hoa, hoặc bất cứ thứ dầu thơm nào khi ra ngoài.

- Dùng thuốc xịt côn trùng. Đọc kỹ nhãn thuốc và làm theo lời chỉ dẫn. Đừng để thuốc xịt côn trùng gần mặt.

- Dạy trẻ em tránh xa tổ ong và những chỗ có bọ.

- Đừng đi ra ngoài trời khi mặt trời lặn (chạng vạng tối).

U Đầu

Thế nào là U đầu?

Trẻ em bị đánh vào đầu hoặc bị té và đụng đầu.

Tôi thấy gì?

- Trẻ em bị một cục u lớn trên đầu.
- Trẻ em bị vết đứt trên đầu chảy máu chút ít.
- Trẻ em có thể bị lên kinh (co giật).
- Trẻ em có thể bị bất tỉnh một lúc.
- Trẻ em có thể bị ói mửa.
- Trẻ em có thể bị lẫn lộn.

Tôi có thể làm gì tại nhà?

- Nếu trẻ em bị chảy máu, lấy một cái khăn sạch bịt chặt chỗ chảy máu chừng 10-15 phút.
- Để túi nước đá lên chỗ u. Có thể bọc nước đá vào một miếng vải.
- Trẻ em có thể chỉ bị đụng đầu nhẹ. Trẻ em lại đi chơi tiếp sau khi khóc một chút. Trong trường hợp này, có thể săn sóc trẻ em tại nhà. Nhớ để ý những gì bất bình thường. Gọi bác sĩ ngay nếu có thắc mắc.

154

- Trong vòng 24 tiếng đầu tiên, đánh thức trẻ em dậy mỗi 2 tiếng một lần. Nhìn xem mắt trẻ em có gì thay đổi không. Kiểm soát xem một bên cơ thể có yếu đi không. Coi chừng trẻ em bị ói mửa.

Khi nào nên gọi bác sĩ hoặc y tá?

- Trẻ em bị bất tỉnh sau khi té. Cơn bất tỉnh có thể chỉ kéo dài một lúc.

- Không làm cho máu từ chỗ đứt trên đầu ngừng chảy được.

- Trẻ em khóc hơn 10 phút không ngưng.

- Trẻ em làm kinh (co giật).

- Trẻ em buồn ngủ. Khó đánh thức dậy.

- Trẻ em không nhận biết sự vật được như trước.

- Trẻ em không nói chuyện hoặc đi đứng được như trước.

- Hai mắt không còn giống nhau. Mắt có thể bị lé, hoặc con ngươi (điểm đen ở trung tâm con mắt) không cùng kích thước.

- Máu hay nước ọc ra từ tai hoặc mũi.

- Trẻ em ói ra mạnh, hoặc ói hơn một lần.

- Trẻ em có vẻ bị lẫn lộn và mệt mỏi.

Tôi có thể làm gì để ngừa thương tích nơi đầu?

- Luôn luôn cho trẻ em đội nón an toàn khi chơi thể thao, đi xe đạp, đi giầy trượt có bánh xe, hoặc trượt ván. Nón an toàn phải che được phần trên của trán.

U Đầu

- Để trẻ em ngồi ghế sau trong xe hơi. Đây là nơi an toàn nhất cho trẻ em. Luôn luôn đặt trẻ em ngồi ghế trẻ em và mang giây nịt ghế (seat belt) khi đi xe.

- Nếu xe có túi hơi an toàn, **đừng bao giờ** để trẻ em ngồi băng ghế trước.

- Ghế trẻ em dùng phải tùy theo tuổi và trọng lượng của trẻ em.

  - Trẻ em dưới 20 pounds, 9.7 kg phải đặt trong ghế cho trẻ sơ sinh (infant car seat), mặt quay về đuôi xe. Ghế ngồi phải ngửa ra phía sau.

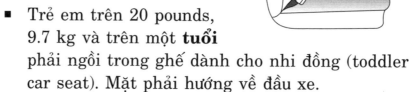

  - Trẻ em trên 20 pounds, 9.7 kg và trên một **tuổi** phải ngồi trong ghế dành cho nhi đồng (toddler car seat). Mặt phải hướng về đầu xe.

  - Trẻ em 4 tuổi và nặng 40 pounds, 18.1 kg phải ngồi trong ghế nâng cao (booster seat), cột bằng giây nịt ghế. Hạ thấp giây nịt vai (shoulder belt) vừa ngang vai trẻ em, chứ không phải ngang cổ.

- Đừng bao giờ để trẻ em một mình ở chỗ cao vì em có thể té xuống.

- Luôn luôn kéo thành nôi lên ngang cằm em.

- Đặt một cửa để chặn trẻ em leo thang lầu.

U Đầu

- Khóa các cửa ra vào dẫn đến cầu thang.

- Đừng bao giờ lắc hoặc đánh lên đầu trẻ em. Óc trẻ em còn rất mềm. Lắc mạnh có thể làm trẻ em bị thương, hoặc nguy hại tới tính mạng.

Phỏng

Thế nào là phỏng?

Da bị thương do sức nóng, nước sôi, hơi ga, điện giật, hóa chất, hoặc chất phóng xạ.

Có 3 loại phỏng:

- Cấp 1 – Lớp da ngoài bị cháy.
- Cấp 2 – Lớp da sâu hơn bị cháy.
- Cấp 3 – Vết phỏng ăn vào rất sâu.

Tôi thấy gì?

- Da bị đỏ, sờ vào thấy nóng, và đau.
- Da bị phồng lên.
- Có thể có những chỗ phồng nước trên da.
- Da có thể thành màu trắng, nâu, hoặc đen.

Tôi có thể làm gì tại nhà?

- Nếu quần áo trẻ em bắt lửa, em sẽ sợ hãi và chạy khắp nơi. Quí vị phải:

    - Nắm ngay lấy trẻ em. Lăn em trên nền nhà để dập tắt lửa.

    - Lấy chăn mền, áo choàng, hay thảm đã thấm nước phủ lên trẻ em để dập tắt lửa.

    - Có thể dùng nước để dập lửa nếu không phải là lửa do dầu mỡ.

- ■ Dùng baking soda, hoặc bình chữa lửa để dập lửa gây ra do dầu mỡ.

- Đổ nước lạnh vào chỗ da bị cháy ngay lập tức để da không phỏng thêm, đồng thời làm đỡ đau.

- Đừng chườm nước đá trên da.

- Cởi quần áo đã bị cháy, trừ khi quần áo dính chặt vào da.

- Nếu da rỉ nước, đắp khăn sạch lên.

- Nếu da khô, đắp chỗ phỏng bằng khăn sạch, ướt, và lạnh.

- Đừng trét bơ, mỡ, hoặc bột vào chỗ phỏng.

- Dùng Tylenol để làm giảm đau. Đọc nhãn thuốc để biết cho uống bao nhiêu thuốc.

- Đừng chọc thủng chỗ bị phồng nước. Nếu chỗ phồng nước tự vỡ ra, rửa bằng xà bông và nước. Đắp bằng vải sạch.

Khi nào nên gọi bác sĩ hoặc y tá?

- Vết phỏng lớn hơn bàn tay trẻ em.

- Có nhiều chỗ phồng nước trên da.

- Vết phỏng trên mặt, bàn tay, bàn chân, chỗ kín, hoặc chỗ khớp di động như đầu gối.

- Quí vị nghĩ là bị phỏng nặng.

- Chỗ da bị phỏng màu trắng, nâu, hoặc đen.

- Có dấu hiệu nhiễm trùng, như sưng, có mủ, hoặc bị sốt.

- Vết phỏng không đỡ hơn sau 3 ngày.

Phỏng

Tôi có thể làm gì để ngừa bị phỏng?

- Gắn máy báo động khói trong mỗi phòng ngủ và hành lang. Nhớ thay "pin" mới mỗi 4 tới 6 tháng.

- Để sẵn bình chữa lửa. Học cách dùng.

- Vặn máy đun nước nóng ở mức 120 độ F (khoảng 48.9 độ C) để tránh phỏng nước nóng.

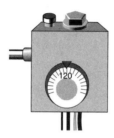

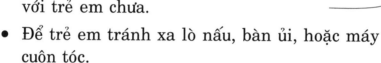

- Luôn luôn thử nước trong bồn tắm bằng khuỷu tay xem độ ấm có vừa với trẻ em chưa.

- Để trẻ em tránh xa lò nấu, bàn ủi, hoặc máy cuộn tóc.

- Giữ diêm quẹt, bật lửa, và những vật dụng có thể cháy xa tầm tay trẻ em.

- Dạy trẻ em không nên chơi với diêm quẹt và các thứ có thể gây hỏa hoạn.

- Dạy trẻ em biết phải làm gì trong trường hợp hỏa hoạn.

- Trẻ em thích với lấy đồ vật. Xoay cán nồi niêu xoong chảo vào phía trong.

Phỏng

- Đừng bao giờ bế trẻ em khi đang uống nước nóng như cà phê. Đừng bao giờ bế trẻ em khi đang nấu nướng.

- Đừng bao giờ hâm bình sữa hoặc bình thức ăn cho trẻ em trong lò vi ba (microwave). Một vài phần của bình có thể rất nóng làm trẻ em bị phỏng.

Cấp Cứu Hồi Sinh (CPR)

Thế nào là cấp cứu hồi sinh?

Cấp cứu hồi sinh hoặc Cardiopulmonary Resuscitation, gọi tắt là CPR, là điều cần phải làm khi trẻ em ngưng thở, hoặc tim ngừng đập. Tim và hơi thở trẻ em có thể ngưng vì những tai nạn như chết đuối, điện giật, mắc nghẹn. CPR sẽ đưa không khí vào và làm máu huyết lưu thông trong cơ thể.

Muốn học làm cấp cứu hồi sinh, hô hấp bằng miệng, hoặc cứu một em bé bị nghẹn thở, quí vị phải theo học một lớp gọi là Cấp Cứu Căn Bản (Basic Life Support). Hội Hồng Thập Tự Hoa Kỳ, Hiệp Hội Tim Hoa Kỳ, hoặc các bệnh viện địa phương đều tổ chức các lớp này. Gọi những chỗ nói trên để hỏi về cách tham dự khóa học.

Cuốn sách này hướng dẫn cách hành xử trong trường hợp cấp cứu. Muốn làm cho đúng, cần phải đi học.

Tôi thấy gì?

- Da trẻ em có thể trở nên nhợt nhạt hoặc tái xanh.

- Ngực không còn chuyển động lên xuống nữa.

- Trẻ em nằm bất động, trông như đang ngủ say.

162

Tôi có thể làm gì cho trẻ em dưới 1 tuổi?

1. Cố đánh thức trẻ em dậy. Nếu không được, la lên cầu cứu. Nhờ người **gọi 911.**

2. Đặt trẻ em trên nền cứng, như nền nhà hoặc mặt bàn. Đặt trẻ em nằm ngửa.

3. Ngửa đầu trẻ em về phía sau, bằng một tay nâng cằm và tay kia đẩy trán trẻ em ra đàng sau. Đừng khép miệng trẻ em lại.

4. Nhìn ngực trẻ em xem còn chuyển động không. Lắng nghe tiếng không khí lưu thông ra vào. Đặt má của mình gần miệng trẻ em xem có thấy không khí thổi ra trên má không.

5. Nếu trẻ em không thở, bắt đầu làm hô hấp bằng miệng. Mở miệng ra, hít một hơi. Lấy miệng mình áp vào mũi và miệng trẻ em. Áp cho thật chặt.

6. Thở 2 hơi chầm chập vào miệng trẻ em. Hơi thở phải kéo dài từ 1 giây tới 1 giây rưỡi. Chính mình cũng phải lấy hơi, giữa các lần thổi. Nhìn ngực trẻ em xem có chuyển động lên xuống không. Giữ đầu trẻ em ngửa về phía sau để miệng mở ra

7. Nếu không thể làm cho ngực chuyển động lên xuống trong khi thổi hơi vào mũi và miệng trẻ em, hãy làm lại. Nếu lần thứ hai ngực trẻ em cũng không chuyển động, hãy theo hướng dẫn ở trang 62 áp dụng đối với trẻ em bị mắc nghẹn.

8. Bắt mạch xem tim trẻ em còn đập không. Đặt 2 hoặc 3 ngón tay vào phía trong của phần trên cánh tay, giữa khuỷu tay và vai. Dùng ngón tay ấn nhẹ để bắt mạch.

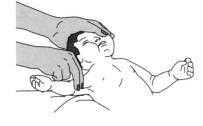

9. Nếu không có mạch, bắt đầu ấn ngực. Đặt 2 hoặc 3 ngón tay của mình lên ngực trẻ trên một khoảng bằng chiều rộng một ngón tay, ngay dưới chính giữa dưới đường kẻ tưởng tượng nối hai đầu vú. Ấn ngực xuống nửa inch hoặc 1 inch.

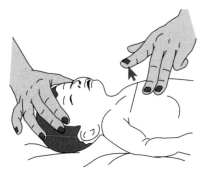

10. Ấn 5 lần, rồi hô hấp 1 lần. Thở ít nhất 20 hơi mỗi phút và ấn 100 lần mỗi phút. Phải đếm để giữ được mức độ này.

11. Sau khi làm CPR được một phút, coi lại mạch trẻ em lần nữa. Nếu thấy mạch đập, thì ngưng ấn ngực. Coi xem trẻ em có thở hay không, bằng cách đặt má mình sát miệng trẻ em.

12. Nếu không thấy mạch, tiếp tục ấn ngực. Nếu có mạch, nhưng không thấy thở, tiếp tục làm hô hấp bằng miệng.

13. Đừng ngưng CPR cho đến khi trẻ em hồi phục, hoặc được người khác thay thế. **Gọi 911** sau khi làm CPR một phút nếu không có người đến trợ giúp.

Tôi có thể làm gì cho trẻ em trên 1 tuổi?

1. Cố đánh thức trẻ em dậy. Nếu không được, la lên cầu cứu và nhờ người **gọi 911.**

2. Đặt trẻ em nằm ngửa trên nền cứng như nền nhà.

3. Ngửa đầu trẻ em về phía sau, bằng cách một tay nâng cằm và tay kia đẩy trán ra phía sau. Đừng khép miệng trẻ em lại.

4. Nhìn ngực xem còn chuyển động không. Lắng nghe tiếng không khí ra vào. Đặt má của mình gần miệng trẻ em, để xem có thấy không khí thổi ra trên má không.

5. Nếu trẻ em không thở, bắt đầu làm hô hấp bằng miệng. Bóp mũi trẻ em bằng ngón cái và ngón trỏ. Vẫn giữ đầu ngửa về phía sau. Há miệng rộng, hít một hơi dài. Áp miệng trẻ em vào miệng của mình. Áp cho thật chặt. Thở 2 hơi chầm chậm vào miệng trẻ em. Hơi thở phải kéo dài từ 1 giây tới 1 giây rưỡi. Lấy hơi giữa các lần thổi hơi.

165

6. Nhìn ngực trẻ em xem có chuyển động lên xuống không. Giữ đầu trẻ em ngửa về phía sau, miệng mở.

7. Nếu không thể làm cho ngực trẻ em chuyển động lên xuống trong khi thổi hơi vào miệng em, hãy làm lại. Nếu lần thứ hai ngực trẻ em cũng không chuyển động, hãy theo hướng dẫn ở trang 62 áp dụng cho trẻ em bị mắc nghẹn.

8. Xem tim trẻ em còn đập không bằng cách bắt mạch ở bên cạnh cổ. Muốn bắt mạch, sờ cục u (Quả Táo Lần) đằng trước cổ bên dưới cằm, rồi đưa ngón tay về bên cạnh cổ. Dùng ngón tay ấn nhẹ để bắt mạch.

9. Nếu không có mạch, bắt đầu ấn ngực. Đặt cườm tay vào nửa dưới xương ngực. Ấn ngực xuống nửa inch hoặc 1 inch. Quí vị phải quì gối bên cạnh trẻ em.

10. Ấn 5 lần, rồi hô hấp 1 lần. Thở ít nhất 20 hơi mỗi phút và ấn 100 lần mỗi phút. Phải đếm để giữ mức độ này.

11. Sau khi làm CPR được một phút, coi lại mạch lần nữa. Nếu thấy mạch thì ngưng ấn ngực. Coi xem trẻ em có thở hay không.

12. Nếu không thấy mạch, tiếp tục ấn ngực. Nếu có mạch, nhưng không thở, tiếp tục làm hô hấp bằng miệng.

13. Đừng ngưng CPR cho đến khi trẻ em hồi phục, hoặc được người khác thay thế. **Gọi 911** sau khi làm CPR một phút nếu không ai đến giúp.

Tôi cần biết gì thêm về CPR?

- Hiệp Hội Tim Hoa Kỳ, (The American Heart Association) Hội Hồng Thập Tự Hoa Kỳ (The American Red Cross), và các bệnh viện đều có dạy CPR. Nên học một khóa để phòng khi nguy cấp.

- Bắt đầu làm CPR ngay khi thấy trẻ em không còn nhịp tim, hoặc không còn thở.

- Cần có người đến giúp càng sớm càng tốt. Nhưng hãy làm CPR chừng một phút rồi **gọi 911** nếu không có người tới giúp.

- Nếu thấy mạch đập, đừng ấn ngực xuống.

Vết Đứt Và Trầy Da

Thế nào là vết đứt và trầy da?

Da bị rách hoặc bị thương.

Tôi thấy gì?

- Da bị ửng đỏ, rách ra, và chảy máu.
- Có thể sưng đôi chút.

Tôi có thể làm gì tại nhà?

- Rửa sạch vết đứt bằng nước ấm và xà bông. Nhớ rửa hết mọi bụi đất.

- Giữ vết đứt khô ráo và sạch sẽ. Đừng bôi dầu hay kem.

- Ngăn máu chảy bằng cách dùng một khăn sạch ấn trên vết thương độ 10 phút.

- Thay băng mới mỗi ngày.

- Cởi băng ra trước khi trẻ em đi ngủ. Nếu băng bị dính, ngâm vào nước ấm cho rời ra. Rửa vết đứt bằng xà bông và nước. Bỏ băng ra để vết đứt có thể khô và lành lại.

Khi nào nên gọi bác sĩ hoặc y tá?

- Máu chảy không ngừng sau khi đã ấn chặt 10 phút.
- Miệng vết đứt toác ra hay dài hơn nửa inch.
- Quí vị nghĩ rằng trẻ em cần phải chích ngừa uốn ván.
- Có những lằn đỏ trên da gần vết đứt.
- Da sưng lên quanh chỗ đứt, mủ rỉ ra từ vết thương.
- Có vật gì trong chỗ đứt không lấy ra được.

Tôi cần biết gì thêm về vết đứt và trầy da?

- Đa số vết đứt và trầy da có thể lành lại với sự chăm sóc tại nhà.
- Nếu chảy máu nhiều, xin mở trang 144 để biết cách chăm sóc.

Chết Đuối

Thế nào là chết đuối?

Một đứa trẻ ở dưới nước, không thở được.

Tôi thấy gì?

- Mặt trẻ em chìm dưới nước.
- Trẻ em có thể khóc, ho khi được kéo lên khỏi nước.
- Trẻ em có thể cứng đơ người và không thở khi được kéo lên.

Tôi có thể làm gì tại nhà?

- Lôi trẻ em ra khỏi nước.
- Kêu cứu. Nhờ người **gọi 911.**
- Đặt trẻ em nằm ngửa lên.
- Xem còn thở không. (Xem trang 162)
- Làm hô hấp bằng miệng nếu trẻ em không thở (Xem trang 162)

Khi nào nên gọi bác sĩ hoặc y tá?

- Trẻ em đã ở dưới nước hơn vài giây.

Chết Đuối

Tôi có thể làm gì để ngăn ngừa chết đuối?

- Trẻ em có thể chết đuối trong một lượng nước rất nhỏ, như một xô nước. Đừng để nước trong xô. Xả hết nước trong hồ bơi trẻ em khi không dùng đến.

- Một em nhỏ cũng có thể bị chết đuối trong nhà cầu. Ráp khóa trên nắp bồn cầu. Khóa cửa phòng tắm hoặc dùng cửa an toàn để ngăn không cho trẻ em vào phòng tắm.

- Phải xả hết nước trong hồ bơi trẻ em khi không dùng đến.

- Đừng bao giờ để trẻ em một mình gần chỗ có nước, dù chỉ trong vài giây.

- Đừng bao giờ để trẻ em một mình trong chậu nước, dù chỉ trong vài giây thôi.

- Gắn hàng rào quanh hồ, hồ nước nóng, ao, và các chỗ có nước khác.

- Dạy trẻ em cách bơi. **Luôn luôn ở bên cạnh trẻ em.** Trẻ em biết bơi vẫn có thể chết đuối.

- Dạy trẻ em đừng đến gần chỗ có nước một mình.

- Dạy trẻ em luôn luôn bơi cùng với người lớn.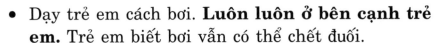

Ngộ Độc

Thế nào là ngộ độc?

Trẻ em ăn hoặc hít phải thứ gì làm trẻ em bị bịnh. Trẻ em có thể bị ngộ độc vì nhiều thứ, như thuốc lau chùi, thuốc bổ, thuốc chữa bịnh, rượu cồn, sơn, và thảo mộc. Ngộ độc là một điều rất trầm trọng, có thể làm nguy hại tới tánh mạng của trẻ em.

Tôi thấy gì?

Quí vị thấy trẻ em:

- Cầm một chai hoặc bình đựng chất độc. Bình này có thể mở nắp hoặc rỗng không.

- Bị phỏng ở môi hoặc trong miệng.

- Buồn ói. Ói không có nguyên do.

- Khó tỉnh dậy.

- Khó thở.

- Đau bụng.

- Làm kinh (co giật).

Tôi có thể làm gì tại nhà?

- **Gọi ngay** trung tâm kiểm soát chất độc. Nếu không biết số, **gọi số 911** hoặc 1-800-555-1212 và xin số trung tâm kiểm soát chất độc. Viết số đó xuống, để bên cạnh điện thoại để khi cần thì có ngay.

- Cố tìm xem trẻ em đã **ăn gì.**

- Và tìm xem trẻ em ăn **bao nhiêu,** ăn **khi nào.**

- Đừng làm trẻ em ói ra trừ khi trung tâm kiểm soát chất độc dặn.

- Trung tâm kiểm soát chất độc có thể bảo quí vị cho trẻ em ói ra. Cách làm như sau:

  - Cho trẻ em uống "Syrup Of Ipecac" và thật nhiều nước. Đọc nhãn thuốc để biết cho uống bao nhiêu thuốc.

  - Nếu không có "Syrup of Ipecac," bỏ 3 muỗng muối vào ly nước cho trẻ em uống. Quí vị cũng có thể cho một muỗng "Mù tạc khô" (dried mustard) vào ly nước. Các thứ này sẽ giúp trẻ em ói ra và thải được độc chất.

- Khi bắt đầu ói, đặt trẻ em nằm trên lòng, mặt úp xuống. Để đầu thấp hơn 2 bên hông.

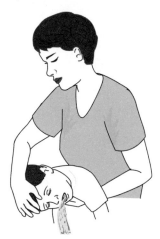

- Đừng bao giờ làm trẻ em ói ra nếu:
  - Trẻ em đang ngủ say (bị hôn mê)
  - Miệng hoặc cổ họng trẻ em đang bị phỏng
  - Trẻ em ăn phải thứ gì có thể làm phỏng miệng hoặc cổ họng, như xà bông dùng cho máy rửa chén, thuốc tẩy, hoặc thuốc đánh bóng sàn nhà

- Nếu phải đưa trẻ em đi bác sĩ, mang theo độc chất hoặc chai không đó.

Tôi cần làm gì để ngăn ngộ độc?

- Mua thuốc uống có nắp đậy ngăn trẻ em.

- Để thuốc men, thuốc chữa bịnh và thuốc bổ ngoài tầm với của trẻ em.

- Nếu có khách đến thăm, để thuốc của khách ngoài tầm với của trẻ em.

- Đừng bao giờ bảo trẻ em thuốc là kẹo.

- Đọc kỹ nhãn thuốc trước khi cho trẻ em uống. Lầm lẫn thường xảy ra vào ban đêm. Bật đèn sáng và đọc kỹ nhãn dán trên chai thuốc.

- Để tất cả các chất chùi rửa và các chất độc khác trong tủ có khóa. Trẻ em có thể ăn những thứ này. Đừng để xà bông, các chất chùi rửa, hay bất cứ thứ gì khác dưới gầm bếp hoặc tủ dưới bồn rửa mặt. Có thể để các thứ này trong đó, nếu tủ **luôn luôn** khóa.

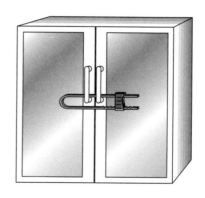

- Luôn luôn giữ đồ vật trong chai lọ nguyên thủy. Đừng để thuốc độc vào chai hoặc hũ đựng thức ăn.

- Dán một cái nhãn "Ông Kẹ" vào các độc chất. Dạy trẻ em đừng sờ vào một thứ gì có nhãn hiệu "Ông Kẹ" trên đó.

- Đừng để cho trẻ em cạo và ăn sơn cũ. Trẻ em có thể bị nhiễm độc do chất chì ở trong sơn.

- Đừng bao giờ trộn lẫn các chất chùi rửa, như Clorox và ammonia với nhau. Hỗn hợp này có thể phát ra hơi ga độc làm trẻ em bị bệnh rất nặng.

Tôi cần biết gì thêm về ngộ độc?

- Giữ số điện thoại trung tâm kiểm soát chất độc. Để cạnh máy điện thoại trong nhà. Tìm trong niên giám điện thoại, hoặc gọi số 1-800-555-1212. Ghi lại con số đó.

- Để một chai Syrup of Ipecac cạnh bên các thứ thuốc khác. Để thuốc ngoài tầm tay trẻ em.

- Dạy người giữ trẻ biết phải làm gì trong trường hợp ngộ độc.

- Dạy trẻ em biết cách **gọi 911.**

Ý Nghĩa Từ Ngữ

B

- **Bao tử**—Chỗ tiêu thụ thức ăn trong bụng. Dùng để chỉ toàn vùng bụng.

- **Bất tỉnh**—Không thể đánh thức dậy.

- **Bệnh**—Sự đau ốm

- **Bị thương**—Bị đau đớn.

C

- **Cao độ**—Lên cao

- **Chảy nước miếng**—Chất lỏng chảy ra từ khóe miệng.

- **Chất độc**—Chất gây bệnh hoạn cho cơ thể sau khi ăn, uống hoặc đụng vào.

- **Chất nhầy**—Một loại dịch sền sệt che chở mũi, cổ họng, và những phần khác của thân thể. Chất nhầy có thể chảy ra ngoài cơ thể khi bệnh hoạn.

- **Chích ngừa**—Những mũi chích được chích cách khoảng thời gian để ngừa một số bệnh.

- **Choáng**—Tình trạng rất tệ vì yếu sức hoặc bất tỉnh, toát mồ hôi lạnh, mạch đập yếu.

- **Chóng mặt**—Cảm thấy như căn phòng đang quay.

- **Chống tia cực tím**—Chất trong kem chống nắng che chở da khỏi ánh nắng mặt trời.

- **Chủng ngừa**—Những mũi chích vào một lứa tuổi để ngăn ngừa các bệnh nặng. Còn gọi là chích ngừa.

- **Co giật**—Cơ thể hay một phần cơ thể bị giật bất thình lình.

- **Con ngươi**—Hình tròn màu đen ngay giữa con mắt.

D

- **Dị ứng**—Bị phản ứng (ngứa, hắt hơi, nổi ban, khó thở, kể cả bất tỉnh) từ những thứ như thuốc men, thức ăn, cây cỏ, bụi, hoặc các thứ khác.

- **Dược sĩ**—Người cho thuốc theo toa của bác sĩ. Dược sĩ có thể giúp ý kiến về thuốc mua không cần toa bác sĩ hoặc các tiếp liệu y khoa.

Đ

- **Đi cầu**—Một cách để thải những cặn bã trong cơ thể. Cũng còn gọi là phân.

- **Đi tiểu**—Hành động để thải nước tiểu.

- **Đường dẫn không khí**—Ống để thở nối từ mũi tới phổi.

F

- **Fluoride**—Hợp chất hoá học ở trong nước giúp răng mạnh khỏe.

H

- **Háng**—Phần phía trước cơ thể giữa chân và bụng dưới.

- **Hậu môn**—Nơi phân đi ra.

- **Ho co thắt**—Ho có sự co thắt của cơ hô hấp.

- **Hôn mê**—Tình trạng mất tri giác vì đau ốm hoặc bị thương.

K

- **Kem chống nắng**—Loại thuốc bôi lên da để ngừa phỏng nắng.
- **Khí quản**—Ống dẫn từ phía sau họng đến phổi.
- **Khó chịu**—Một vùng cơ thể bị bứt rứt khó chịu

L

- **Làm kinh**—Một cơn co giật bất thình lình của một người hoặc một phần cơ thể. Còn gọi là co giật.
- **Lạnh buốt**—Cảm thấy lạnh và run rẩy.
- **Lạnh run**—Run rẩy vì cảm hoặc sốt
- **Lau người**—Lau bằng khăn mặt bên ngoài bồn tắm. Còn gọi là lau mình.
- **Len**—Một chất vải rất ấm.
- **Lỗ hổng trong răng**—Răng bị hư.
- **Lỗ mũi**—Vùng mở ra của mũi.
- **Lỗ rốn**—Chỗ ngay chính giữa bụng nơi cuống rốn dính vào.

M

- **Mạch**—Nhịp đập của mạch máu do sự chuyển động của tim.
- **Màng nhĩ**—Một màng da mỏng ở sâu bên trong lỗ tai chuyển động theo âm thanh và giúp tai nghe được.

- **Máy báo động khói**—Dụng cụ phát ra âm thanh thật lớn khi có lửa hoặc khói.

- **Máy làm ẩm**—Máy phun hơi nước lên không.

- **Mất nước**—Mất quá nhiều nước trong cơ thể.

- **Mí mắt**—Chỗ da che mắt.

- **Mờ mờ**—Không nhìn rõ.

- **Mụn nhọt**—Chỗ sưng phồng màu đỏ hoặc trắng trên da.

- **Mũi chích**—Thuốc được đưa vào da bằng mũi kim.

- **Mủ**—Chất dịch đặc chảy ra khi cơ thể bị nhiễm trùng. Chất dịch này thường có màu vàng hoặc xanh lá cây và có mùi hôi.

N

- **Nách**—Chỗ lõm nối cánh tay vào cơ thể.

- **Nha sĩ**—Bác sĩ chữa răng.

- **Nhãn dán**—Giấy dán trên chai thuốc chỉ dẫn cách dùng thuốc. Trên nhãn còn liệt kê các chất trong thuốc và những điều khác cần biết về thuốc. Luôn luôn đọc kỹ nhãn trước khi dùng thuốc.

- **Nhiệt độ**—Độ nóng trong cơ thể.

- **Nhiệt kế**—Vật dùng để đo độ nóng trong cơ thể.

- **Núm vú**—Núm vú nhựa cho em bé mút để làm em nín khóc.

- **Nuốt**—Động tác đưa thức ăn từ miệng vào thực quản.

- **Nước ấm**—Nước không lạnh cũng không nóng. Nước cùng nhiệt độ với cơ thể.

- **Nước tiểu**—Một loại chất thải từ cơ thể.

O

- **Ống hút mũi**—Vật dùng để hút chất nhầy trong mũi.
- **Ống tai**—Ống nhỏ bằng nhựa do bác sĩ đặt bên trong màng nhĩ để giúp nước trong tai ra.

P

- **Phình ra**—Bộc phát ra.
- **Phồng nước**—Một khoảng da bị phồng lên bên trong có chất lỏng giống như nước.
- **Phồng ra**—Sưng lên hoặc lồi ra.

R

- **Rỉ nước**—Chất lỏng chảy ra.
- **Rượu cồn**—Không uống được. Chất lỏng không màu dùng để chùi nhiệt kế (ống cặp thủy) và các thứ khác.

S

- **Sảy, Rôm**—Những đốm đỏ trên da.
- **Sâu răng**—Lỗ hổng trong răng do răng bị hư.
- **Siêu vi khuẩn**—Vật nhỏ li ti lan truyền từ người này sang người kia và gây bệnh.
- **Sốt**—Thân thể nóng hơn bình thường.
- **Sự co thắt**—co thắt bắp thịt bất thình lình không kiểm soát được.
- **Sưng vù**—Một chỗ trở thành lớn hơn.
- **Suyễn**—Chứng bệnh khiến khí quản bị thắt chặt lại vì cảm, hoặc vì tiếp xúc với khói thuốc, bụi bặm, súc vật nuôi trong nhà, hoặc các vật gây dị ứng cho em bé.

181

Ý Nghĩa Từ Ngữ

T

- **Thoáng ngất**—Tình trạng tối tăm mặt mày, muốn xỉu.
- **Thối rữa**—Bị hư.
- **Thở**—Đưa không khí ra vào trong phổi.
- **Thuốc**—Những thứ uống hoặc thoa lên người để cơ thể được khỏe mạnh hơn.
- **Thuốc gội đầu**—Xà bông gội đầu.
- **Thuốc mỡ**—Một loại thuốc bôi lên da hoặc mắt.
- **Thuốc mua không cần toa bác sĩ, OTC (over-the-counter)**—Thuốc mua tự do tại tiệm thuốc, không cần bác sĩ cho toa.
- **Tiệm thuốc**—Nơi mua thuốc.
- **Toa thuốc**—Giấy của bác sĩ cho mua thuốc.
- **Trụ sinh**—Một thứ thuốc do bác sĩ cho toa mua để diệt vi trùng gây ra nhiễm trùng.
- **Trực tràng**—Nói về hậu môn.

V

- **Vảy**—Lớp da cũ hoặc chất dịch trên thân thể bị khô.
- **Vảy khô**—Vảy cứng màu nâu ở trên da khi vết lở, mụn nhọt, hoặc vết đứt lành.
- **Về miệng**—Nói về miệng.
- **Vi khuẩn**—Vi trùng có thể gây bệnh.
- **Vi trùng**—Những sinh vật mắt thường không thấy được gây bệnh cho con người.

X

- **Xỉa răng bằng chỉ**—Làm sạch giữa hai kẽ răng.
- **Xỉu**—Cảm thấy yếu và ngã xuống đất.

Có Gì Trong Quyển Sách Này Từ A Đến Z

Có Gì Trong Quyển Sách Này Từ A Đến Z

Cảm Tạ

Xin cảm tạ những người có tên dưới đây đã giúp đỡ chúng tôi hoàn thành quyển sách này:

Corby Bashaw

Gloria J. Bateman

Albert Barnett, MD

Linda Bednar

Stephanie Renee Booth, MD

Margaret Brandy, PhD, RN, CPNP

Ben A. Carlsen, Ed.D.

Helen Chau

Long A. Dang, MD

Lisa Deer

Robin King-Dodge

Nhu-Hao T. Duong

Dinesh Ghiya, MD

Diane Hebert, MPH

Marian Henry, RRT, MPH, CHES

Nancy Izuno

Laura Johnson

Nai Kang, MPH, CHES

Gary F. Krieger, MD

Rita London

Victor London

Patricia Lovera

Judith Whitney Leonard, RN, MSN, CPNP

Nancy McDade

Dora L. McMillan

Carol Mathews, MPH

Dana Mann, MPH, CHES

Thomas R. Mayer, MD

Chawn Naughton

Hang Nguyen, MPH

Tammy Nguyen

Thuy Nguyen

Michael O'Neal

Greg Perez, BS

Dolores Ramos

Philip Rapa

Gary Richwald, MD, MPH

Audrey Riffenburgh, MA

Nancy Rushton, RN, BSN

Duane Saikami, Pharm.D.

Alma Sanchez

Suzanne Snyder

Carole Talan, Ed.D.

Robert Vouga, MA, Ed.D.

Elaine Weiner, RN, MPH

Jacqueline Zezueta

Ghi Chú

Other Books in the Series

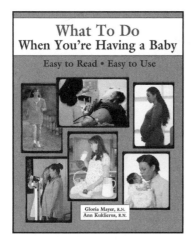

ISBN 0-9701245-6-2

What To Do
When You're Having a Baby

There are many things a woman can do to have a healthy baby. Here's an easy to read, easy to use book written by two nurses that tells you:

- How to get ready for pregnancy.
- About the health care you need during pregnancy.
- Things you should not do when you are pregnant.
- How to take care of yourself so you have a healthy baby.
- Body changes you have each month.
- Simple things you can do to feel better.
- Warning signs of problems and what to do about them.
- All about labor and delivery.
- How to feed and care for your new baby.

ISBN 0-9701245-2-X

What To Do
For Teen Health

The teen years are hard on parents and teens. There are many things you can do to help your teen. At last, an easy to read, easy to use book written by two nurses. This book tells you:

- About the body changes that happen to teens.
- How to get ready for the teen years.
- How to talk with your teen.
- What you can do to feel closer to your teen.
- How to help your teen do well in school.
- All about dating and sex.
- How to keep your teen safe.
- The signs of trouble and where to go for help.

Available in English or Spanish.
To order, call (800) 434-4633.